தியானம் என்பது என்ன?

ஓஷோ

தமிழாக்கம் :

சிங்கராயர்

சுவாமி அம்ரித்யாத்ரி

கவிதா பப்ளிகேஷன்

8, மாசிலாமணி தெரு,
பாண்டி பஜார்,
தியாகராய நகர்,
சென்னை - 600 017.

044-2436 4243, 2432 2177
+91-7402222787
kavitha_publication@yahoo.com
kavithapublication@gmail.com
www.kavithapublication.com

THIYANAM ENBATHU ENNA? (Tamil)

Originally published in English as
WHAT IS MEDITATION?

Under the author name OSHO
Tamil Translation Copyright © 1999 Osho International Foundation.
All rights reserved.
First Publication Copyright © 1971 Osho International Foundation.

Translated by	:	Singa Rayar, Amrit Yathri
Coordination by	:	Swami Amano Manish
Publishing Editor	:	Sethu Chockalingam
First Edition	:	1999
Third Edition	:	2007
Seventh Edition	:	September, 2013
Eigth Edition	:	September, 2014
Nineth Edition	:	February, 2016
Tenth Edition	:	March, 2019
Eleventh Edition	:	April, 2021
Pages	:	128
Price	:	**Rs.80.00**
Printed at	:	Jothy Enterprises, Chennai - 5

Published by :
KAVITHA PUBLICATION
8, Masilamani Street,
Pondy Bazaar, Thyagaraya Nagar, Chennai - 600 017.
Phone : 044 - 24364243 / 24322177,4216 1657 Whatsapp : 7402222787

E-mail : kavitha_publication@yahoo.com
: kavithapublication@gmail.com
Website : www.kavithapublication.com

No part of this book may be reproduced or transmitted in any form or by any means electronic or mechanical including photocopying or recording or by any information storage and retrieval system without permission in writing from Osho International Foundation.

முகவுரை

கடந்த காலத்தில் உலகம் மிகவும்வேறுவிதமாக இருந்தது என்பது வெளிப்படை. அறுநூறு ஆண்டு களுக்கு முன்பு சுமார் ஆறுவாரங்களில் ஏற்பட்டிருக்கும் புலன் உணர்ச்சித் தூண்டுதல்கள் மொத்தமும் இன்று ஒரே நாளில் நமக்கு ஏற்படுகின்றன. (அன்றைய) ஆறுவார பெறுமானம் உள்ள தூண்டல்களை – தகவல்களை – இன்று நாம் ஒரே நாளில் பெற்றுக்கொண்டு இருக்கிறோம். கற்பதும், பின்பற்றுவதுமான நெருக்கடி நம்மீது சுமார் 40 மடங்கு அதிகரித்திருக்கிறது. முன் எப்போதும் மனிதர்கள் கற்க முடிந்ததை விடவும் அதிக அளவில் கற்கக் கூடியவராக நவீனமனிதர் ஆகியிருக்கிறார். ஏனெனில் இப்போது கற்பதற்கு அதிக விசயம் இருக்கிறது. ஒவ்வொரு நாளும் நவீன மனிதர் புதுப்புது நிலைமைகளுக்குத் தக்கவாறு தன்னை உருமாற்றிக் கொள்ளக் கூடியவராக ஆகவேண்டி இருக்கிறது. ஏனென்றால் உலகம் வெகுவேகமாக மாறிக்கொண்டிருக் கிறது. இது ஒரு மாபெரும் சவால்தான்.

இந்த மாபெரும் சவால் – அதை நாம் ஏற்றுக் கொண்டால் – உணர்வின் விரிவாக்கத்திற்கு மகத்தான உதவி செய்யும். ஒன்று, இதனால் நவீன மனிதர் நரம்புக் கோளாறுடையவராக ஆகவேண்டும். அல்லது அந்த

அழுத்தத்தினாலேயே அவர் பரிபூரணமாற்றம் பெற்றே ஆகவேண்டும். இதை நீங்கள் எப்படி எடுத்துக் கொள் கிறீர்கள் என்பதைப் பொறுத்தது அது. திரும்பிப்போக வழியே கிடையாது என்பதுமட்டும் நிச்சயம். புலன் உணர்ச்சித் தூண்டுதல்கள் மென்மேலும் அதிகரித்துக் கொண்டேதான் போகும். உங்களுக்கு அதிகமான தகவல்கள் கிடைத்துக் கொண்டுதான் இருக்கும். உயிர்வாழ்க்கை மென்மேலும் கூடுதல் வேகங்களில் மாறிக்கெண்டேதான் போகும். நீங்களும் (தொடர்ந்து) புதியவற்றைக் கற்கவும், அதற்கு தக்கவாறு, மாற்றம் கொள்ளக் கூடியவர்களாகவும் ஆகவேண்டி வரும்.

கடந்த காலத்தில் மனிதர் பெரிதும் மாறாத உலகினில் வாழ்ந்தார். எல்லாமே நிலையாக (இயக்கமற்று) இருந்தது. உங்கள் தகப்பனார் உங்களிடம் விட்டுச் செல்லும் அதே நிலையிலேயே நீங்களும் இந்த உலகை விட்டுவிட்டுச் சென்றுள்ளீர்கள். எதையும் நீங்கள் மாற்றி இருக்கமாட்டீர்கள். ஒன்றுமே மாறவில்லை. நிறையக் கற்பது என்னும் பிரச்சனையே (அன்று) இருக்கவில்லை. ஓரளவு கற்றாலே போதுமானதாய் இருந்தது. அதுபோக மீதி இடம் உங்கள் மனதில் ஏதுமற்ற காலி இடமாகவே இருந்தது. இதனாலேயே மக்கள் மன நலத்துடன் விளங்க முடிந்தது.

இப்போது அம்மாதிரியான காலி இடங்களே இல்லை. நீங்களாகவே அரிய முயற்சியினால் உருவாக்கினால் தான் உண்டு.

முன் எப்போதையும்விட இப்போதுதான் தியானம் அதிகம் அவசியமாகி இருக்கிறது. எந்த அளவுக்கு

அவசியம் என்றால் ஏறக்குறைய அது ஒரு ஜீவமரணப் பிரச்சனையாகவே இருக்கிறது. கடந்த காலத்தில் அது ஒரு ஆடம்பரமாக இருந்தது. ஒரு புத்தர், ஒரு மகாவீரர், ஒரு கிருஷ்ணர் என – சிலரே அதில் ஆர்வம் செலுத்தினார்கள். மற்றவர்கள் (தன் சுபாவ) இயல்பிலேயே அமைதியாக, ஆனந்தமாக, ஆரோக்கியமாக இருந்தார்கள். எனவே தியானத்தைப் பற்றி சிந்திக்கும் தேவை அவர்களுக்கு இருக்கவில்லை. ஒரு பிரஞ்ஞையற்ற முறையில் அவர்கள் தியானித்து வந்தார்கள். வாழ்க்கை மிகவும் அமைதியாக, மிகவும் மெதுவாகவே இயங்கிக் கொண்டிருந்தது. எனவே மிகவும் மந்த புத்தி கொண்ட மக்களும்கூட அதற்குத் தக்கவாறு இயங்க முடிந்தது. இன்றைக்கு மாறுதல் மிகவும் அசாதாரண வேகமும் விரைவும் கொண்டதாக இருக்கிறது. எந்த அளவுக் கென்றால், மிகவும் புத்திசாலியான மக்களும்கூட அதற்கு ஏற்ப மாற்றம் கொள்ள இயலாதவர்களாக உணர்கிறார்கள். ஒவ்வொரு நாளும் வாழ்வானது மாறிக்கொண்டே வருகிறது. திரும்பவும் நீங்கள் கற்க வேண்டி இருக்கிறது. திரும்பத் திரும்ப நீங்கள் கற்றுக் கொள்ளும் தன்மையிலேயே இருக்கவேண்டி இருக்கிறது. இனி 'ஓதுவதை' ஒருநாளும் நீங்கள் நிறுத்திவிட முடியாது. அது ஒரு ஆயுட்காலக் காரியமாகவே இருக்கவேண்டி உள்ளது. மரணம் வரைக்கும் நீங்கள் மாணாக்கராக இருக்க வேண்டியுள்ளது. அப்படி இருந்தால் மட்டும்தான் நீங்கள் மனநலத்துடன் விளங்கமுடியும். மூளை/நரம்பு/மனக் கோளாறு இவைகளைத் தவிர்க்க முடியும். இறுக்கமோ பெரிது: 40 மடங்கு பெரிது.

இந்த இறுக்கத்தை தளர்த்துவது எவ்வாறு? தியான கணங்களுக்குள் நீங்கள் உங்கள் அரிய முயற்சியினால் சென்றாக வேண்டும். தினமும் குறைந்தது ஒருமணி நேரமாவது நீங்கள் தியானம் செய்யவில்லை என்றால் பின் நரம்புக்கோளாறுகள் நேர்வது தற்செயலானதாக இருக்க முடியாது. நீங்களே வலிய வருவித்துக் கொண்டதாகவே ஆகும்.

ஒருமணிநேரம் உலகில் இருந்து நீங்கள் விடுபட்டு, உங்கள் சொந்த ஜீவனுக்குள் (இருப்பு நிலைக்குள்) மறைந்துவிட வேண்டும். ஒருமணிநேரம் நீங்கள், எந்த ஒரு நினைவோ – எண்ணமோ – கற்பனையோ எதுவுமே உங்களை ஊடுருவாத நிலையில் மிகவும் ஏகாந்தமாக இருக்க வேண்டும். ஒருமணி நேரத்துக்கு உங்கள் உணர்வில் எந்த விசயமும் எழும்பவே கூடாது. அப்படி இருந்தால்தான் நீங்கள் புத்துணர்ச்சி பெறுவீர்கள். புதுப்பொலிவும் வலுவும் பெறுவீர்கள். அதுவே உங்களுக்குள் புதிய ஆற்றல் ஆதாரங்களை கட்டவிழ்த்து விடும். நீங்கள் மீண்டும் இவ்வுலகத்துக்கு அதிக இளமையோடும் அதிக புத்துணர்ச்சியோடும், அதிகம் கற்கும் திறனோடும், உங்கள் கண்களில் மிகுந்த ஆச்சரியத்தோடும், உங்கள் இதயத்தினில் அதிக பிரமிப் போடும் வருவீர்கள் – மறுபடியும் ஒரு குழந்தையாக (உருவாகி) இருப்பீர்கள்.

– ஓஷோ, த சீக்ரெட் ஆப் சீக்ரெட்ஸ்.
(– பரம ரகசியம்)

தியானம் என்பது என்ன?

உள்ளே...

முகவுரை

தியானம் என்பது		
	விளையாடும் தன்மை	9
	படைப்புத் தன்மை	11
	கவனத் தன்மை	14
	உங்கள் இயற்கைத் தன்மை	16
	செயல்கடந்த நிலை	18
	சாட்சியாய் இருக்கும் தன்மை	25
	ஒரு முறிப்பு	28
	அறிவியல் பூர்வமானது	32
	ஒரு பரிசோதனை	32
	மோனம்	35
	பரலோகம்	36
	நினைவுகூர்தல்	38
	சுதந்திரம்	40
	நுட்ப உணர்வுத்திறம்	43
	உயரும் தன்மை	44
	தப்பித்தல் அல்ல	45

தியானம் என்பது ஒரு லாவகம். —— 47

தெளிந்த நிலை —— 54

வெட்டவெளி —— 55

நுண்ணறிவு —— 59

தூய்மை பெறுதல் —— 63

மலரும் தன்மை —— 65

விழிப்புணர்வு —— 67

கேளிக்கை —— 72

புரிந்து கொள்ளுதல் —— 73

பரம சந்தோஷம். —— 78

தளர்வு கொள்ளும் தன்மை —— 81

இதம் —— 84

ஒருமை நிலை —— 87

புதுப்பிக்கும் தன்மை —— 89

ஓய்வு —— 93

தேர்ச்சி கொள்ளும் தன்மை —— 96

இடைவெளியினில் —— 97

நிகழ்கணத்தில் —— 102

நிகழ்வு —— 104

பரிபூரண மாற்றம் —— 108

திரும்பவும் அடையும் வீடுபேறு 109

ஆனந்த வாழ்வு —— 116

1. தியானம் என்பது விளையாடும் தன்மை:

மனம் சம்பந்தப்பட்ட எதுவுமே தியானம் அல்ல. மனதுக்கு அப்பாற்பட்ட ஒன்றே தியானம். தியானத்தைக் குறித்து விளையாட்டுத் தன்மை யாக இருப்பதே அதை நோக்கிய முதல் அடியாகும். அப்போது நீங்கள் விளையாட்டுத் தன்மையிலேயே இருந்தால் மனதினால் உங்கள் தியானத்தை கலைக்க முடியாது. இல்லா விட்டால் உங்கள் மன மானது தியானத்தையும் ஒரு அகங்கார உலாவா கவே மாற்றிவிடும். அது உங்களை மிகவும் அலட்டிக் கொள்ளச் செய்து விடும். நீங்கள் இவ்வாறு நினைக்க ஆரம்பித்து விடுவீர்கள்: "நான் மகா தியானியாக்கும், மற்றவர் களைவிட நான் புனிதன், உலகம் முழுவதும் லௌகிகமாகவே இருக்கிறது, நானே ஆன்மிகத் தில் இருக்கிறேன், நற்குணவானாக இருக் கிறேன்" என்று நினைப்பீர்கள். ஆயிரக்கணக்கான புனிதர்கள், ஒழுக்கவாதிகள், ஆச்சார சீலர்கள் எனப்பட்டோருக்கு இதுதான் நடந்திருக்கிறது. அவர்கள் அகங்காரத்தின் ஆணவ ஆட்டங் களையே ஆடிக்கொண்டிருக்கிறார்கள். நுட்பமான அகங்கார ஆட்டங்கள் அவை.

எனவேதான் மிகத் தொடக்கத்திலேயே அதை வேரோடு களைந்துவிட நான் விரும்புகிறேன். தியானம் செய்யும்போது விளையாட்டுத் தன்மை

யாகவே இருங்கள். பாடவேண்டிய ஒரு பாடல் அது. ஆடவேண்டிய ஒரு ஆடல் அது. அதை வேடிக்கையாக எடுத்துக் கொள்ளுங்கள். அப்போது நீங்கள் ஆச்சரியப்படுவீர்கள்; தியானத்தைக் குறித்து விளையாட்டுத் தன்மையாக நீங்கள் இருக்க முடிந்தால், தியானமானது உங்களுக்குள் வியக்கத்தக்க அளவில் பெருகும்.

ஆனால் நீங்கள் எந்த இலக்கின் மீதும் பேராசை கொள்ளக்கூடாது. வெறுமனே அமைதியாக உட்கார்ந்திருப்பதை ரசித்து அனுபவிக்கிறீர்கள். அமைதியாக உட்கார்ந்திருக்கும் அச்செயலிலேயே ஆனந்தமடைகிறீர்கள். ஏதாவது யோக சக்திகள், சித்திகள், அற்புதங்களுக்காக நீங்கள் ஏங்குவதில்லை. அதெல்லாம் அபத்தம். அதே பழைய அபத்தம். அதே பழைய ஆணவத்தின் ஆட்டமே – புதிய சொற்களுடன் புதிய தளத்தில் ஆடப்படுகிறது. வாழ்க்கையை, அது வருகின்ற விதத்திலேயே ஒரு பிரபஞ்ச வேடிக்கையாகக் (Cosmic Joke) கொள்ளவேண்டும். அப்போது திடீரென நீங்கள் இளக்கமடைந்து தளர்கிறீர்கள். ஏனென்றால் அங்கே இறுக்கமடைவதற்கு ஒன்றுமே இல்லை. அந்தத் தளர்விலேயே உங்களுக்குள் ஒன்று மாறத் தொடங்குகிறது – ஒரு புரட்சிகரமான மாற்றம், ஒரு பரிபூரண மாற்றம் நிகழ்கிறது – வாழ்வின் மிகச் சிறிய விசயங்களும் புது அர்த்தம், புதிய முக்கியத்துவம்

பெறத் தொடங்குகின்றன. அதற்குப்பின் எதுவுமே அற்பமல்ல. ஒவ்வொன்றுமே ஒரு புதிய சுவை – ஒரு புதிய வெளிச்சம் – பெற்றுத் துலங்குகிறது. எல்லா இடத்திலும் ஒருவித தெய்விகத் தன்மையை நாம் உணரத் தொடங்குகிறோம். (இதில்) எவருமே கிறித்தவராக ஆவதில்லை, இந்துவாக ஆவதில்லை, முகமதியராக ஆவதில்லை; வாழ்க்கையை நேசிக்கும் அன்பராக மாத்திரமே ஆகிறார். வாழ்வை எப்படி மகிழ்வுடன் கொண்டாடுவது என்னும் ஒரு விசயத்தை மட்டுமே அவர் கற்றுக் கொள்கிறார்.

ஆனால் வாழ்க்கையைக் களிப்பு டன்கொண்டாடு வதே கடவுளை நோக்கிய வழி(பாடு) ஆகும். நடனமாடிக் கொண்டே கடவுளை நோக்கிச் செல்லுங்கள்; சிரித்துகொண்டே கடவுளை நோக்கிச் செல்லுங்கள்; பாடிக்கொண்டே கடவுளை நோக்கிச் செல்லுங்கள்.

2. தியானம் என்பது படைப்புத் தன்மை:

இதுவரை நீங்கள் ஒரு குறிப்பிட்ட வழியில் வாழ்ந்து வந்திருக்கிறீர்கள். ஒரு மாறுபட்ட வழியில் வாழ உங்களுக்கு விருப்பமே இல்லையா ? இதுவரை ஒரு குறிப்பிட்ட முறையில்தான் நீங்கள் சிந்தித்திருக்கிறீர்கள். சில புதிய தரிசனங்களை

உங்கள் உயிர்ப்பினில் காண நீங்கள் விரும்ப வில்லையா? அப்படியானால் விழிப்போடு கவன மாயிருங்கள். மனம் சொல்வதைக் கேட்காதீர்கள்.

மனம் என்பது உங்களின் கடந்த காலம். அது உங்களின் நிகழ்காலத்தையும் வருங்காலத்தையும் கட்டுப்படுத்த ஓயாமல் முயன்றபடியே இருக் கிறது. அந்தக் கடந்தகாலம் என்பது இறந்து விட்ட காலம். உயிரோட்டம் நிறைந்த நிகழ் காலத்தை அது கட்டுப்படுத்திக்கொண்டே போகிறது. இதுகுறித்து மட்டும் எச்சரிக்கையாக இருங்கள்.

ஆனால் அதற்கு என்ன வழி? எவ்வாறு மனம் இதைத் தொடர்ந்து செய்தபடியே இருக்கிறது? பின்வரும் முறையிலேயே மனம் இதைச் செய் கிறது: "நான் சொல்வதை நீங்கள் கேட்கா விட்டால் என்னளவுக்கு நீங்கள் திறமைசாலியாக இருக்கமுடியாது. பழைய முறையிலேயே தொடர்ந்து இயங்கினால்தான் நீங்கள் அதிகத் திறமைசாலியாக இருக்கமுடியும். ஏனெனில் நீங்கள்தான் ஏற்கனவே அதைச் செய்திருக் கிறீர்கள். ஒரு புதிய முறையில் இயங்குவதில் நீங்கள் அவ்வளவு திறமைசாலியாக இருக்க முடியாது." என்று அது கூறுகிறது. ஒரு பொருளியல் அறிஞரைப்போல, ஒரு திறன்மிகு நிபுணரைப்போல மனம் பேசிக்கொண்டே போகிறது. "இதுவே (எதையும்) செய்வதற்கான

மிகவும் எளிதான வழி. ஏன் கடின வழியில் போகிறீர்கள்? இதுதான் மிகவும் குறுக்கீடுகள் குறைவான பாதை" என்று சொல்லியபடியே இருக்கிறது.

நினைவில் கொள்ளுங்கள்: எப்போதெல்லாம் உங்கள்முன் இரண்டு விசயங்கள், இரண்டு பாதைகள் உள்ளனவோ அப்போதெல்லாம் அவற்றில் புதியதையே தேர்ந்தெடுங்கள். கடினமானதையே தேர்ந்தெடுங்கள். திறமை குறைந்தாலும் பரவாயில்லை என்று, எப்போதும் விழிப்புணர்வையே தேர்ந்தெடுங்கள். அப்போது நீங்கள் உருவாக்கும் சூழ்நிலையில்தான் தியானம் கைகூடும். இவை எல்லாம் சூழ்ந்து விளங்கும் நிலைமைகளே. தியானம் (அதுவாகவே) நிகழும். இவற்றைச் செய்வதாலேயே நீங்கள் தியானத்தை எட்டிவிடுவீர்கள் என்று நான் சொல்லவில்லை. ஆனாலும் அவை உதவும். உங்களுக்குள்ளே தேவையானதொரு சூழலை அவை ஏற்படுத்தும். அந்த சூழல் இல்லாமல் தியானம் நிகழவே முடியாது.

திறமை குறைவாகவும் படைப்புத்தன்மை கூடுதலாகவும் கொண்டு இருங்கள். அதுவே (உங்கள்) செயலின் நோக்கமாக இருக்கட்டும். இறுதிப் பயனைப்பற்றி அதிகம் கவலைப்படாதீர்கள். மாறாக, இந்த வாழ்வில் நீங்கள் இருப்பது, ஒரு பண்டமாக (பொருளாக) ஆவதற்கு அல்ல

என்பதை மட்டும் இடையறாது நினைவில் கொள்ளுங்கள். வெறும்பண்டமாக ஆவது என்பது (மனித) கண்ணியத்துக்கு குறைவானது. மேலும் மேலும் திறமைசாலி ஆவதற்காக மட்டும் நீங்கள் இங்கு இருக்கவில்லை. மிக அதிகமான உயிரோட்டம் நிறைந்தவராக ஆவதற்காகவே நீங்கள் இங்கே இருக்கிறீர்கள். மிகநுட்பமான நுண்ணறிவு கொண்டவராக நீங்கள் இங்கே இருக்கிறீர்கள். மென்மேலும் மகிழ்ச்சியாக, பரவசமாக ஆவதற்காகவே நீங்கள் இங்கே இருக்கிறீர்கள். ஆனால் இவையெல்லாம் மனதின் வழிகளில் இருந்து முற்றிலும் வேறுபட்டது.

3. தியானம் என்பது கவனத் தன்மை:

நீங்கள் எதைச் செய்தாலும் ஆழ்ந்த கவனத்துடனேயே அதைச் செய்யுங்கள். அப்போதுதான் சிறிய காரியங்களும் புனிதமான காரியங்களாக மாறுகின்றன. அப்போது, சமைப்பதும், சுத்தம் செய்வதும்கூட புனிதமானவையாக ஆகிவிடுகின்றன. வழிபாடாகவே ஆகின்றன. நீங்கள் என்ன செய்து கொண்டிருக்கிறீர்கள் என்பது அல்ல கேள்வி. அதை எப்படிச் செய்து கொண்டிருக்கிறீர்கள் என்பதே கேள்வி.

தியானம் என்பது என்ன?

ஒரு ரோபோட்டைப் போல இயந்திரத்தனமாக நீங்கள் தரையை கழுவிவிட முடியும். கழுவித் தொலைக்க வேண்டும். ஆகவே கழுவிவிடு கிறீர்கள். அப்போது தரையைக் கழுவிவிடு வதிலேயே அக்கணங்களை நீங்கள் வீணாக்கு கிறீர்கள். தரையைக் கழுவி விடுவதும் கூட ஒரு மாபெரும் அனுபவமாக இருக்கமுடியும். அதை நீங்கள் தவறவிட்டு விட்டீர்கள். தரை சுத்தமாகி இருக்கிறது. ஆனால் உங்களுக்குள் நிகழ்ந்திருக்க வேண்டிய (ஏதோ) ஒன்று நிகழவில்லையே. நீங்கள் விழிப்புடன் இருந்திருந்தால் தரையில் மட்டுமல்ல, உங்களுக்குள்ளும் ஒரு நுட்பமான சுத்திகரிப்பை உணர்ந்திருப்பீர்கள். மிகுந்த விழிப்புடன், விழிப்புணர்வால் வாழ்வின் அநேக கணங்களுக்கு ஒளியூட்டுங்கள். ஒவ்வொரு கணத்திலும், ஒவ்வொரு செயலிலும் விழிப் புணர்வு என்னும் (Enlightenment) அகல்விளக்கு பிரகாசமாக எரியட்டும். இவற்றின் ஒட்டுமொத்த பலனே ஞானநிலைபேறு ஆகும். எல்லா கணங் களும் இணைந்து, எல்லாச் சிறுசிறு அகல் விளக்கின் வெளிச்சங்களும் ஒன்று சேர்ந்துதான், ஒரு மகத்தான ஆதார ஒளிவெள்ளமாக ஆகிறது.

தியானம் என்றால் என்ன? பயிற்சி செய்யப்படக் கூடிய ஒரு செயல்முறை தொழில்நுணுக்கமா அது? நீங்கள் மேற்கொள்ள வேண்டிய ஒரு கடும்முயற்சியா அது? மனதினால் சாதிக்கக் கூடிய ஒன்றா அது? இல்லை. மனத்தால் செய்யக்கூடிய எதுவுமே தியானமாக இருக்க முடியாது. தியானம், மனதைக் கடந்த ஒன்று.

4. தியானம் என்பது உங்கள் இயற்கைத் தன்மை:

அந்த இடத்தில் மனதுக்கு சுத்தமாக எந்த வேலையும் இல்லை. மனதால் தியானத்துக்குள் ஊடுருவவே முடியாது. மனம் முடிவுபெறும் இடத்தில்தான் தியானம் தொடங்குகிறது. இதை நினைவில் கொள்ள வேண்டும். ஏனென்றால் நம் வாழ்வில் நாம் எதைச் செய்தாலும் மனதின் மூலமாகவே செய்கிறோம். எதை நாம் சாதித்தாலும் மனதின் மூலமாகவே சாதிக்கிறோம். அதன்பின் உள்முகமாக நாம் திரும்பும்போதும், உத்திகள் – முறைகள் – செய்கைகள் என்னும் (பழக்கப்பட்ட) வழியிலேயே சிந்திக்கத் தொடங்குகிறோம். ஏனென்றால் எல்லாவற்றையும் மனதின் மூலமாகவேசெய்துவிட முடியும் என்றே வாழ்வின் முழு அனுபவமும் நமக்குக் காட்டி இருக்கிறது. ஆம்–எல்லாவற்றையும் மனதின் மூலமாகத்தான் செய்யமுடியும், தியானத்தைத் தவிர. தியானத்தைத் தவிர மற்ற எல்லாமே மனதின்

தியானம் என்பது என்ன?

மூலமாகவே செய்யப்படுகிறது. ஏனென்றால் தியானம் என்பது ஒரு புதிய சாதனை அல்ல. இயல்பாகவே நமக்குள் இருக்கும் நமது சொரூப நிலையே அது. அதுவே உங்களின் இயற்கைத் தன்மை. அதைப் போய் சாதிக்க வேண்டியதில்லை. அது, இருப்பதை அப்படியே மீண்டும் உணர்ந்து கொள்வது. அது மட்டுமே போதுமானது. அதை நினைவு கூர்வது மட்டுமே போதுமானது. அது அங்கேயே உங்களுக்காகக் காத்திருக்கிறது. உள்முகமாகத் திரும்பிய உடனேயே கிடைக்கக் கூடியதாய் அது இருக்கிறது. அதை எல்லாப் பருவங்களிலும், எல்லா நிலைகளிலும்கூட நீங்கள் கொண்டிருக்கிறீர்கள்.

தியானம் உங்களின் உள்ளார்ந்த இயல்பு நிலையாகவே இருக்கிறது. அதுவே நீங்கள். அதுவே உங்களின் உயிர்த்தன்மை. அதற்கும் உங்கள் செய்கைகளுக்கும் எந்தவிதமான சம்பந்தமும் இல்லை. அதை நீங்கள் அடைய முடியாது. அதை நீங்கள் தேவையில்லை என ஒதுக்கவும் முடியாது. நீங்கள் அதை உடைமை ஆக்கிக் கொள்ளவும் முடியாது. ஏனெனில் அது ஒரு பொருள் அல்ல. அது நீங்களே. அதுவே உங்களின் இருப்பு நிலை.

5. தியானம் என்பது செயல் கடந்த நிலை

மக்கள் என்னிடம் வந்து "தியானம் செய்வது எப்படி" என்று கேட்கும்போது, நான் அவர்களுக்குச் சொல்கிறேன்: "தியானம் செய்வது எப்படி என்று கேட்கத் தேவையே இல்லை. ஒன்றுமே செய்யாமல் எப்படி இருப்பது என்றே கேளுங்கள். தியானம் அதுவாகவே நிகழ்வது. சும்மா இருப்பது எப்படி என்றுமட்டும் கேளுங்கள் - அதுபோதும். சும்மா இருப்பது எப்படி என்பதில்தான் தியானத்தின் முழு ரகசியமும் அடங்கி இருக்கிறது. அப்போது நீங்கள் எதுவுமே செய்ய முடியாது. தியானம் அதுவாகவே மலரும்."

நீங்கள் எதுவுமே செய்யாதபோது சக்தியானது மையத்தை நோக்கி நகர்கிறது. மையத்தில் நிலைக்க பயணம் செய்கிறது. நீங்கள் எதை யாவது செய்யும்போது, சக்தி வெளியே போகிறது. செய்கை என்பது சக்தி வெளிச்செல்லும் வழியாகும். செயல் கடந்த நிலை என்பது சக்தி உட்செல்லும் வழி ஆகும். (மனம்) ஏதாவது ஒரு செயலுக்குள் தன்னை ஆட்படுத்திக் கொள்ளுதல் என்பது தப்பித்தலாகும். நீங்கள் பைபிளைக் கூட வாசிக்க முடியும். அதையே உங்களை ஆட்கொள்ளும் காரியமாகக்கூட ஆக்கிக் கொள்ள முடியும். மத ஈடுபாட்டுக்கும் மற்ற ஈடுபாடுகளுக்கும் எவ்விதமான வேறுபாடும் இல்லை.

எல்லாவிதமான ஆட்படுதல்களும் ஒன்றே. அவை உங்களின் இருப்பு நிலைக்கு வெளியே தொங்கிக்கொள்ளவே உதவுகின்றன. புறத்திலேயே தங்கி இருக்க அவை சாக்காக உள்ளன.

மனிதன் மூடனாகவும் குருடனாகவும் தான் இருக்கின்றான். அப்படி மூடனாகவும் குருடனாகவும் இருப்பதற்கே மனிதன் எப்போதும் விரும்புகிறான். ஏனென்றால் உள்நோக்கி வருவது என்பது குழப்பத்துக்குள் நுழைவதாகவே தோன்றுகிறது... உண்மையும் அதுதான். உள்ளுக்குள் நீங்கள் ஒரு குழப்பத்தைத் தான் உருவாக்கி இருக்கிறீர்கள். அதையே நீங்கள் எதிர்கொள்ள வேண்டி இருக்கிறது. அதனூடாகவே கடந்துசெல்ல வேண்டி இருக்கிறது. இதற்கு தைரியம் தேவைப்படுகிறது. தான் தானாகமட்டுமே இருக்கும் தைரியம்; உள்நோக்கி இயங்கத் தேவையான தைரியம். தியானத் தன்மையில் இருப்பதற்குத் தேவையான துணிவைவிடப் பெரிய துணிவை இதுவரை நான் கண்டதில்லை.

ஆனால் புறத்தில், உலகியல்சார்ந்தோ அல்லது சாராத விசயங்களிலோ ஈடுபட்டிருக்கும் மக்கள் அனைவருமே (அவைகளின்) ஆட்டுவிக்கப்பட்ட நிலையிலேயே சிக்கி இருக்கிறார்கள். அவர்கள் நினைக்கிறார்கள்... அதைப்பற்றிய ஒரு வதந்தியையே அவர்கள் உருவாக்கி இருக்கிறார்கள் என்று. அவர்களுக்கென தனிப்பட்டதத்துவர்

களும் இருக்கிறார்கள்; நீங்கள் அகநோக்கு உள்ளவர் எனில் எப்படியும் நீங்கள் ஒரு கிறுக்கர் தான் என்றும், உங்களிடம் ஏதோ (மனக்) கோளாறு என்றும் அவர்கள் சொல்கிறார்கள். இப்படிப்பட்டவர்களே பெரும்பான்மையராகவும் இருக்கிறார்கள். நீங்கள் தியானித்தால், அமைதி யாக நீங்கள் உட்கார்ந்திருந்தால் கூட, அவர்கள் உங்களை எள்ளி நகையாடுகிறார்கள்: "உன் தொப்பூளை உற்றுப் பார்த்து என்ன செய்து கொண்டிருக்கிறாய்? மூன்றாவது கண்ணை திறந்து கொண்டிருக்கிறாயா?! எங்கேதான் போய்க் கொண்டிருக்கிறாய்? உனக்கென்ன நிலை புரண்டு விட்டதா?... ஏனென்றால் செய்வதற்கு உள்ளே என்னதான் இருக்கிறது? உள்ளே ஒன்றும் கிடையாதே.

பெரும்பான்மையரான மக்களுக்கு "உள்முகம் என்பதே கிடையாது." வெளிமுகம் மட்டுமே இருக்கிறது. ஆனால் உண்மை நிலவரம் இதற்கு நேர்மாறானது. அகம் மட்டுமே நிசம். புறம் ஒரு கனவே தவிர வேறொன்றுமல்ல. ஆனால் உள் முகமாக நோக்குபவர்களை – தியானிகளை – அவர்கள் பித்தர் என்கிறார்கள். கிழக்குக்கு கொஞ்சம் கிறுக்கு என்றுதான் மேற்கில் அவர்கள் நினைக்கிறார்கள். தனிமையில் அமர்ந்து உள் நோக்கிப் பார்ப்பதன் பயன்தான் என்ன? அங்கே உனக்கு என்ன கிடைக்கப் போகிறது? ஒன்றுமே யில்லையே! என்கிறார்கள்.

தியானம் என்பது என்ன?

மிகப்பெரிய பிரிட்டிஷ் தத்துவர்களில் ஒருவரான டேவிட் ஹியூம் ஒரு தடவை முயற்சி செய்தார். ஏனென்றால் அவர் உபநிடதங்களை கற்றுக் கொண்டிருந்தார். அவையோ அவரை ஓயாமல் உள்ளே போ, உள்ளே போ, உள்ளே போ என்கின்றன. அது மட்டுமே அவற்றின் ஒரே செய்தியாக இருக்கிறது. எனவே அவர் அதற் கான முயற்சிகளைச் செய்தார் ஒருநாள், அவர் தன் கண்களை மூடி இருந்தார்- அவரோ முற்றிலும் உலகியல்வாதி, சிறந்த தர்க்கவாதி, சூழ்நிலை அனுபவவாதி. ஆனால் தியானத் தன்மை என்பதே சுத்தமாக இல்லாதவர் - அவர் தன் கண்களை மூடிக்கொண்டே சொன்னார்: "இது ஒரு சலிப்பான காரியம்! உள்ளே பார்ப்பது மிகவும் சலிப்பையே தருகிறது. எண்ணங்கள் இயங்குகின்றன. சிலபோது சில உணர்ச்சிகள் வருகின்றன. மனதில் அவை ஓடிக்கொண்டே இருக்கின்றன. நீங்கள் அதை பார்த்துக்கொண்டே இருக்கிறீர்கள் - இதனால் என்ன பயன்? இது பயனற்றது, அர்த்தமற்றது."

மிகப் பலரின் புரிதலும் இதுதான். ஹியூமின் நிலைபாடே பெரும்பான்மையோரின் நிலைபாடு. உள்ளுக்குள் உங்களுக்கு என்ன கிடைக்கப் போகிறது. இருட்டாக இருக்கிறது. எண்ணங்கள் இங்குமங்கும் திரிந்தபடி உள்ளன. நீங்கள் இந்த நிலையில் என்ன செய்வீர்கள்? அதிலிருந்து என்ன வரும்? (என்கிறார்கள்). ஹியூம் இன்னம்

கொஞ்சம் காத்திருந்தாரானால் (இதுதான் இப்படிப்பட்டவர்களுக்கு கடினமாக இருக்கிறது), இன்னம் கொஞ்சம் பொறுமையோடு இருந்திருந் தாரானால், எண்ணங்கள் மெல்ல மெல்ல மறைந்திருக்கும். உணர்ச்சிகள் படிப்படியாக அடங்கியிருக்கும். ஆனால் அம்மாதிரி அவருக்கு ஏற்பட்டிருந்தால் அப்போதும் அவர் இப்படித்தான் சொல்லி இருப்பார்: "இது இன்னும் மோசம். ஏனென்றால் வெறுமைதான் வருகிறது. முன்பு குறைந்தபட்சம் எண்ணங்களாவது வந்து கொண்டே இருந்தன. அவற்றில் ஆட்பட்டிருக்க –அவற்றைப் பார்க்க–அவற்றைப் பற்றி சிந்திக்க வாவது முடிந்தது. இப்போது எண்ணங்களும் மறைந்துவிட்டன. வெறுமை மட்டுமே உள்ளது... (இந்த) வெறுமையை வைத்துக்கொண்டு என்ன செய்வது? இது முழுக்க முழுக்க பயனில்லாதது" என்றிருப்பார்.

ஆனால் இன்னும் கொஞ்சம் அவர் பொருத் திருந்து உற்றுப் பார்த்திருப்பாரேயானால் அந்த இருளும் மறைந்து போய் இருக்கும். நல்ல வெயிலில் இருந்து வந்து நீங்கள் உங்கள் வீட்டுக்குள் நுழைவதைப் போன்ற நிலையே இது. வீட்டுக்குள் ஒரே இருட்டாக இருக்கிறது. ஏனென்றால் உங்கள் கண்கள் (வீட்டின்) சூழ் நிலைக்கு சிறிது இசைய–பழக வேண்டி உள்ளது. வெளியில் இருக்கும் கடும் வெயிலுக்கே அவை இசைந்து இருந்தன. அதனால் ஒப்பீட்டு

அளவில் பார்க்கும்போது உங்கள் வீடு இருட்டாகவே தெரிகிறது. உங்களால் பார்க்க முடிவதில்லை. இருட்டு இருப்பதைப் போலவே உணர்கிறீர்கள். ஆனால் நீங்கள் காத்திருக்கிறீர்கள். ஒரு நாற்காலியில் உட்கார்கிறீர்கள். ஒய்வெடுக்கிறீர்கள். சில நொடிகளிலேயே கண்கள் இந்த நிலைக்கு ஒத்து இசைகின்றன. இப்போதோ இருட்டாக இல்லை. சற்று வெளிச்சமாக இருக்கிறது. ஒரு மணிநேரம் அங்கேயே ஓய்வு கொள்கிறீர்கள். இப்போது எல்லாம் பிரகாசமாகவே இருக்கிறது. இருட்டு என்பதே இல்லை.

ஹியூம் இன்னும் கொஞ்சம் பொறுத்திருந்து பார்த்து இருப்பாரேயானால், இருட்டும் மறைந்து இருக்கும். ஏனென்றால் வெளியிலேயே – கொளுத்தும் வெயிலிலேயே – பல பிறவிகளாக நீங்கள் இருந்திருக்கிறீர்கள். இதனால் உங்கள் கண்கள் அதற்குத் தகுந்தவாறே நிலைகுத்தி விட்டன. தளர்ந்து இளகி நிற்கும் தன்மையை இழந்திருக்கின்றன. அவற்றை (மீண்டும்) இசைய வைப்பது ஒன்றே தேவை. வீட்டுக்குள் வந்ததும் சிறிது நேரம் ஆகும். கொஞ்சம் பொறுமை அவசியம். அவசரப்படாதீர்கள்.

ஆத்திரத்தில் எவருமே தன்னை அறிந்து கொள்ள முடியாது. அது ஒரு மிகமிக ஆழமான காத்திருத்தல் ஆகும். இதற்கு எல்லையற்ற

பொறுமை தேவைப்படுகிறது. மெல்ல மெல்ல இருள் விலகுகிறது. எங்கிருந்தோ ஒரு ஒளி வருகிறது. அதற்கு சுடரில்லை. விளக்கு இல்லை. சூரியனும் இல்லை. காலை நேரத்தில் – இரவோ மறைந்து விட்டிருக்கிறது, சூரியனோ இன்னும் உதித்திருக்கவில்லை, அந்தப் பொழுதில் – இருப்பதுபோன்ற ஒரு ஒளி... அல்லது மாலையில் – சூரியன் மறைந்து விட்டிருக்கிறான், இரவு இன்னும் கவியவில்லை, அந்த கருக்கல் நேரத்தில் – இருப்பது போன்ற ஒரு ஒளி. அதனால்தான் இந்துக்கள் தம் பிரார்த்தனை நேரத்தை "சந்தியா" (Sandhya) என்கிறார்கள். சந்தியா என்றால் மெல்லொளி; வெளிச்சத்துக் கான ஆதாரம் ஏதும் இல்லாமலே உருவாகும் வெளிச்சம்.

உள்நோக்கி செல்லும்போது, எவ்வித மூலாதார மும் அற்ற ஒரு ஒளியை நீங்கள் அடையலாம். அந்த ஒளியினில் உங்களை – நீங்கள்யார் என்பதை–முதல் தடவையாகப் புரிந்து கொள்ளத் தொடங்குகிறீர்கள். ஏனென்றால் நீங்களே அந்த ஒளி. நீங்களே அந்த மெல்லொளி. அந்த சந்தியா. அந்த தூய தெளிவு. அந்த நேர்க்காட்சி. காண்பவரும் காணப்படுபவையும் அங்கே (ஒன்றாகவே) மறைகின்றன. ஒளிமட்டுமே இருக்கிறது.

*மன*த்திலிருந்து விட்டு விலகிக் கொள்வதில், சாட்சியாய் இருப்பதில்தான் தியானம் தொடங்குகிறது. எல்லாவற்றில் இருந்தும் உங்களை விடுவித்துக் கொள்வதற்கு அது ஒன்றேவழி. நீங்கள் விளக்கை பார்த்துக் கொண்டிருக்கிறீர்கள் என்றால் அதில் இயல்பாகவே ஒரு விசயம் உறுதி: அதாவது 'நீங்கள் அந்த விளக்கு அல்ல. அதைப் பார்த்துக் கொண்டிருக்கும் ஒருவரே நீங்கள்' என்பதுதான்.

> **6. தியானம் என்பது சாட்சியாய் இருக்கும் தன்மை**

பூக்களை நீங்கள் பார்த்துக் கொண்டிருக்கிறீர்கள் என்றால் ஒரு விசயம் மட்டும் நிச்சயம்: அதாவது நீங்கள் அந்த பூ அல்ல. அதைப் பார்ப்பவரே நீங்கள்.

விழிப்புடன் பார்த்துக் கொண்டிருப்பதே தியானத்தின் திறவுகோல்.

உங்கள் மனதை விழிப்புடன் உற்றுப் பாருங்கள்.

எதையும் செய்யாதீர்கள். எந்த மந்திரத்தையும் திரும்ப திரும்ப ஓத வேண்டியதில்லை. எந்தக் கடவுளின் பெயரையும் ஓயாமல் உச்சரிக்க வேண்டியதில்லை. மனம் செய்வதை எல்லாம் விழிப்புடன் வெறுமனே பார்த்தாலே போதும். அதற்கு தொந்தரவாக இருக்காதீர்கள். அதை தடுக்காதீர்கள். அடக்காதீர்கள். உங்கள் தரப்பில்

இருந்து எதையுமே செய்யாதீர்கள். ஒரு காவல் காரராக மாத்திரம் இருங்கள். அப்படி கவனித்து உற்றுப் பார்த்துக் கொண்டிருப்பதில் நிகழும் அற்புதமே தியானம். நீங்கள் அவ்வாறு கவனித்துப் பார்க்கும் போது மெதுமெதுவாக எண்ணங்கள் அற்று மனம் காலியாகிறது. ஆனாலும் நீங்கள் தூங்கி விடுவதில்லை. மேலும் மேலும் துல்லியமாக விழிப்பாக ஆகிறீர்கள்.

மனம் முற்றிலும் வெறுமை ஆனதும், உங்கள் சக்தி முழுவதும் விழிப்புக் கனலாக ஆகிவிடு கிறது. இந்தக் கனல் தியானத்தின் விளைவாகும். எனவே எந்தவித தீர்ப்பும் இன்றி, எந்தவித விமர்சனமும்/மதிப்பீடும் இன்றி, விழிப்புடன் கவனிப்பதன் – சாட்சியாய் இருப்பதன் – உற்று நோக்குவதன், மறுபெயரே தியானம் என்று நாம் கூறமுடியும். விழிப்புடன் கவனிப்பதன் மூலமே நீங்கள் உடனடியாக மனதைவிட்டு வெளியேறி விடுகிறீர்கள்...

மகரிஷி மகேஷ் யோகியும் அவரைப் போன்ற மற்றவர்களும் செய்வதெல்லாம் நல்லதுதான். ஆனால் தியானம் அல்லாத ஒருவிசயத்தையே அவர்கள் தியானம் என்று அழைக்கிறார்கள். இதன்மூலம் மக்களுக்குத் தவறானவழியையே காட்டுகிறார்கள். அவர்கள் நேர்மையானவர்களாக இருந்தால் – யதார்த்தமானவர்களாக இருந்தால், "இது உங்களுக்கு மனநலத்தை கொடுக்கும்,

உடல்நலத்தை கொடுக்கும், அதிக இளைப்பாறு தலான – அதிக சமாதானமான – வாழ்வை மட்டுமே வழங்கும்'' என்று மக்களிடம் கூறி இருந்தால்; அது சரியானதாக இருந்திருக்கும். ஆனால் எப்போது அவர்கள் அதை 'ஆழ்நிலைத் தியானம்' (ட்ரான்செண்டெண்ட்டல் மெடிட்டேசன்) (Transcendental Meditation) என்று அழைக்கத் தொடங்கினார்களோ அப்போதே, மிகவும் அற்பமான ஒரு விசயத்தை அதி முக்கியத்துவ நிலைக்கு உயர்த்தினார்கள். ஏனெனில் இம் முறையில் பூரணமான நிறைவை அடையவே முடியாது. (அதற்கு அந்த தகுதி கிடையாது). ஆண்டுக்கணக்கில் மக்கள் ஆழ்நிலைத்தியானம் செய்து வருகிறார்கள். கிழக்கில் ஆயிரக்கணக் கான ஆண்டுகளாக மக்கள் இதில் இருந்து வருகிறார்கள். ஆனாலும் அது அவர்களுக்கு ஆன்ம ஞானத்தைத் தரவில்லை. அவர்களை கவுதம புத்தர்களாக உருவாக்கவில்லை.

தியானம் என்றால் என்ன என்பதைத் துல்லிய மாகப் புரிந்துகொள்ள நீங்கள் விரும்பினால், அதன் மிகச் சரியான – நேர்மையான வரை யறையை – அதாவது (தியானம் என்றால்) சாட்சியாயிருத்தலே என்னும் விளக்கத்தை – அடைந்த முதல் மனிதர் கவுதம புத்தர்தான்.

மனதைப் பயன்படுத்திக் கொண்டே இருக்கிற வரைக்கும் உங்களால் ஒருபோதும் மனதுக்கு அப்பால் போகமுடியாது. அதிலிருந்து நீங்கள் முறித்துக்கொள்ள வேண்டும். தியானமே அந்த முறிப்பு (Jump). எனவேதான் தியானம் அதர்க்கமாக, பகுத்தறிவுக்கு அப்பாற்பட்டதாக இருக்கிறது. அதை தர்க்க பூர்வமாக்க முடியாது. அதை பகுத்தறிவாகக் குறைக்க முடியாது. அதை நீங்கள் அனுபவமாக்கிக் கொள்ள வேண்டியதே. அனுபவித்தால் மட்டுமே அதை நீங்கள் அறிந்து கொள்வீர்கள்.

7. தியானம் என்பது ஒரு முறிப்பு

எனவே இதை முயன்று பாருங்கள். இதைப்பற்றி யோசிக்காதீர்கள். முயலுங்கள். – உங்கள் சொந்த எண்ணங்களுக்கு நீங்களே ஒரு சாட்சியாயிருக்க முயலுங்கள். உட்காருங்கள். இளைப்பாறுங்கள். கண்களை மூடுங்கள். திரையில் படம் ஓடுவது போல் உங்கள் எண்ணங்கள் ஓடட்டும். அவற்றை காணுங்கள். உற்றுப் பாருங்கள். அவற்றை எல்லாம் உங்கள் காட்சிப் பொருள்களாகவே கொள்ளுங்கள். ஒரு எண்ணம் தோன்றுகிறது. அதை நுட்பமாகப் பாருங்கள். அதைப்பற்றி சிந்திக்காதீர்கள். அதை வெறுமனே பாருங்கள். அதைப்பற்றி நீங்கள் யோசிக்க ஆரம்பித்தால் நீங்கள் ஒரு சாட்சியாய் இருக்கமாட்டீர்கள் – பொறியில் சிக்கிவிட்டவராவீர்கள்.

தியானம் என்பது என்ன?

வெளியே ஒரு 'ஹாரன்' சத்தம் கேட்கிறது. (உடனே) "ஏதோ கார் போகிறது" என்னும் எண்ணம் எழு றது. அல்லது ஒரு நாய் குரைக் கிறது. அப்படி ஏதாவது நிகழ்கிறது. அதைப்பற்றி சிந்திக்காதீர்கள். அந்த எண்ணத்தை வெறுமனே பாருங்கள். ஒரு எண்ணம் எழுகிறது. உருவம் கொள்கிறது. இப்போது உங்கள் முன் இருக்கிறது. விரைவில் அதுவாகவே போய்விடும். மற்றொரு எண்ணம் இந்த இடத்துக்கு வருகிறது. இந்த எண்ண ஓட்டத்தை (சலனமில்லாமல்) பார்த்துக் கொண்டே இருங்கள். ஒரு கண நேரமாவது எண்ணத்தின் இந்த சங்கிலித் தொடரை –அதைப் பற்றி யோசனை செய்யாமல் – பார்த்துக் கொண் டிருக்க உங்களால் முடிந்தால், சாட்சியாயிருப் பதில் கொஞ்சமாவது நீங்கள் தேர்ந்துவிடுவீர்கள். சாட்சியாய் இருப்பதைப்பற்றி நீங்கள் கொஞ்சம் அறிந்து கொள்வீர்கள். அது ஒரு தனிச் சுவை. சிந்திப்பதின் சுவையில் இருந்து வேறுபட்ட ஒரு சுவை. அடிப்படையிலேயே வேறுபட்ட சுவை. ஆனால் அதில் பரிசோதனை செய்து பார்த்தால் தான் நமக்கு அந்தச்சுவை தெரியவரும். சமயமும் அறிவியலும் இரு துருவங்கள்தான். ஆனால் ஒரு விசயத்தில் அவை ஒத்தவையே. அதாவது இரண்டும் ஒன்றையே வலியுறுத்துகின்றன. அறிவியலானது முற்றிலும் பரிசோதனையைச் சார்ந்திருக்கிறது. சமயமும் அப்படித்தான். தத்து

வம் மட்டுமே பரிசோதனைக்கு உட்படாதது. தத்துவம் சிந்தனையையே சார்ந்திருக்கிறது. சமயமும் அறிவியலுமோ பரிசோதனையைச் சார்ந்திருக்கின்றன. அறிவியல், புறப்பொருள் களின் மீதும், சமயம் உங்கள் அக நிலையின் மீதும் பரிசோதனை செய்கின்றன. உங்களை அல்லாத பிற பொருள்களின்மீது பரிசோதனை செய்வதையே அறிவியல் சார்ந்திருக்கிறது. உங்களின் மீதே நேரடியாக சுயமாக பரிசோதனை செய்வதையே சமயம் சார்ந்திருக்கிறது.

இது கடினம். ஏனென்றால் அறிவியல் பரி சோதனையில் சம்பந்தப்பட்ட பொருள்கள் எல்லாம் தனித்தனியாக – வெவ்வேறாகவே உள்ளன. அதாவது புறப் பொருள் – அகநிலை – பரிசோதனைஎன 3 விசயங்கள் உள்ளன. சமயத் திலோ ஏக காலத்தில் நீங்களே மூன்றுமாக இருக்கிறீர்கள். நீங்கள் உங்கள் மீதே பரி சோதனையை மேற்கொள்ள வேண்டும். நீங்களே (பரி)சோதனையாளர். நீங்களே (பரி) சோதனைக் கூடம். சிந்தித்துக் கொண்டே போகாதீர்கள். செயல்படுங்கள். பரிசோதனையை ஏதாவது ஒரு இடத்தில் ஆரம்பியுங்கள். அப்போதுதான் சிந்தித் தல் என்றால் என்ன, சாட்சியாய் இருத்தல் என்றால் என்ன என்பது பற்றிய நேரடியான உணர்வைப் பெறுவீர்கள். பின் இந்த இரண்டை

தியானம் என்பது என்ன?

யும் ஏக காலத்தில் உங்களால் செய்யவே முடியாது என்பதை உணர்ந்து கொள்வீர்கள்– எப்படி உங்களால் ஏககாலத்தில் ஓடவும், உட்காரவும் முடியாதோ அப்படி. ஓடும்போது உங்களால் உட்கார்ந்திருக்க முடியாது. அப்போது நீங்கள் உட்கார்ந்திருப்பதில்லை. உட்கார்ந்து கொண்டு இருக்கும்போதோ நீங்கள் ஓடிக் கொண்டு இருப்பதில்லை. ஆயினும், உட்கார்ந் திருத்தல் என்பது கால்களின் செயல்பாடு அல்ல. ஓடுவது என்பதே கால்களின் செயல்பாடு. உட்கார்ந்திருப்பது என்பது கால்களின் செயல் பாடு அல்லவாயினும், உட்கார்ந்திருப்பது என்பது கால்களின் செயலின்மையாக இருக்கிறது. கால்கள் இயங்கிக் கொண்டிருக்கும்போது நீங்கள் உட்கார்ந்து கொண்டு இருப்பதில்லை. உட்கார்ந் திருப்பது என்பது கால்களின் இயக்கமின்மையாக இருக்கிறது. ஓடுவது இயக்கம்.

மனதின் விசயத்திலும் அப்படித்தான். சிந்தித்தல் என்பது மனதின் செயல்பாடு. சாட்சியாய் இருத்தல் என்பது மனதின் செயல் கடந்த தன்மை. மனம் செயல்படாதிருக்கும்போது நீங்கள் சாட்சியாய் இருக்கிறீர்கள். அப்போது நீங்கள் விழிப்புணர்வில் இருக்கிறீர்கள்.

தியானம் என்பது கலப்பற்ற, அறிவியல் பூர்வமான முறையாகும். அறிவியலில் அதை நீங்கள் 'கூர்ந்து கவனித்தல்' என அழைக்கிறீர்கள். (புறப் பொருள்களை) அவதானித்தல் என அழைக்கிறீர்கள். நீங்கள் உள்முகமாகப் போகும்போதும் அதே அவதானம் தான், 180 டிகிரிகள் திரும்பி உள்ளுக்குள் கூர்ந்து பார்ப்பது. இதையே நாம் தியானம் என்கிறோம். இதற்கு கடவுள் தேவை இல்லை. முன்னதகாவே சில கருத்துகளை நீங்கள் நம்பி ஏற்றுக் கொண்டாக வேண்டும் என்னும் நிபந்தனை இல்லை.

8. தியானம் என்பது அறிவியல் பூர்வமானது

மற்ற எவரையும் போலவே நாத்திகரும் தியானத்தில் லயித்து இருக்க முடியும். ஏனெனில் தியானம் என்பது உள்முகமாகத் திரும்பும் ஒரு வழிமுறை மட்டுமே.

கடவுளிடம் உங்களுக்கு நம்பிக்கை இல்லையா ? பரவாயில்லை; தியானத்துக்கு அது ஒரு தடையாக இருப்பதில்லை. ஆன்மா இருக்கிறது என்பதில் உங்களுக்கு நம்பிக்கை

9. தியானம் என்பது ஒரு பரிசோதனை

தியானம் என்பது என்ன?

இல்லையா? பரவாயில்லை; தியானத்திற்கு அதுஒரு தடங்கலாக இராது. எதிலுமே உங்களுக்கு நம்பிக்கை இல்லையா? நல்லது. அதுவும் ஒரு தடை அல்ல. நீங்கள் தியானிக்க முடியும். ஏனெனில் உள்நோக்கிச் செல்லுவது எவ்வாறு, என்பதை மட்டுமே தியானம் தெரிவிக் கிறது. ஆன்மா இருக்கிறதா இல்லையா என்பது ஒரு பிரச்சனையே இல்லை. கடவுள் உண்டா இல்லையா என்பதுபற்றி கவலையே இல்லை.

நீங்கள் (உயிரோடு) இருக்கிறீர்கள் – இந்த ஒரு விசயம் நிச்சயமானது. சாவுக்குப் பிறகு நீங்கள் இருப்பீர்களா இருக்க மாட்டீர்களா என்பது முக்கியமான விசயமல்ல. இந்தக் கணத்தில் நீங்கள் இருக்கிறீர்கள் என்ற ஒரு விசயம் மட்டுமே முக்கியமானது. நீங்கள் யாராக – என்னவாக இருக்கிறீர்கள்? அதற்குள் நுழைவதே தியானம் ஆகும். உங்கள் சொந்த உயிர்ப்புத் தன்மைக்குள் அதிக ஆழமாகச் செல்வதே தியானம் ஆகும். அது தற்காலிகமானதாகக்கூட இருக்கலாம்; நீங்கள் நித்தியமானவராக இல்லா திருக்கலாம்; எல்லாவற்றையுமே சாவு முடிவு கட்டிவிடலாம். நீங்கள் நம்பியே ஆகவேண்டு மென்று நாம் எந்த நிபந்தனையும் விதிக்க வில்லை. பரிசோதனை செய்து பாருங்கள் என்று மட்டுமே சொல்கிறோம். முயன்று பாருங்கள். ஒரு நாள் அது (நிச்சயம்) நிகழ்கிறது. எண்ணங்கள் இல்லாது ஒழிகின்றன. எண்ணங்கள் மறைந்ததும்,

திடீரென்று, உடம்பும் நீங்களும் வெவ்வேறாக இருக்கிறீர்கள். ஏனென்றால் எண்ணங்களே இணைப்புப் பாலமாக இருக்கின்றன. எண்ணங் களின் வாயிலாகத்தான் நீங்கள் உடம்புடன் சேர்ந் திருக்கிறீர்கள். அதுவே இணைப்புக் கண்ணி. திடீரென அந்த இணைப்யுக்கண்ணி மறைகிறது. நீங்கள் ஓரிடத்தில் இருக்கிறீர்கள். உடம்பு ஓரிடத்தில் இருக்கிறது. இவ்விரண்டுக்கும் இடையில் எல்லையற்ற இடைவெளி இருக்கிறது. இந்த உடம்பு அழியும். ஆனால் நீங்கள் அழிய முடியாது. அழிவில்லை என்பதை அப்போது நீங்கள் அறிந்துகொள்கிறீர்கள். அதன்பின், அது ஒரு வறட்டுக் கோட்பாடு போன்ற ஒன்றாக இருப்பதில்லை. அது ஒரு மத நம்பிக்கையாகவும் இருப்பதில்லை. அனுபவ்மாக – தானே கண்டு ணர்ந்து தெளிந்த அனுபவமாகவே – இருக்கிறது. அதே நாளிலேயே மரணம் மறைகிறது. அன்றே சந்தேகம் மறைகிறது. ஏனென்றால் இனி நீங்கள் உங்களை ஓயாமல் தற்காத்துக் கொண்டிருப்ப தில்லை. யாராலும் உங்களை அழிக்கமுடியாது. நீங்கள் அழிக்கப்பட முடியாதவராக இருக் கிறீர்கள். அப்போதுதான் விசுவாசம் உருவாகிறது. நிரம்பித் ததும்புகிறது. அப்படிப்பட்ட விசுவாசத் தில் இருப்பதே பரவசத்தில் இருப்பதாகும். அப்படிப்பட்ட விசுவாசத்தில் இருப்பதே கடவுளில் கலந்து இருப்பதாகும். அம்மாதிரியான விசுவாசத்தில் இருப்பதே பூரண நிறைவடைந்து இருப்பதாகும்.

"எனவே விசுவாசத்தை வளர்த்துக் கொள்ளுங் கள்" என்றுகூட நான் கூறுவதில்லை. தியானத் தில் பரிசோதனை மேற்கொள்ளுங்கள் என்றே சொல்கிறேன்.

10. தியானம் என்பது மோனம்

மனம் என்றால் வார்த்தைகள். சுயம் என்றால் மோனம். இதுவரை நீங்கள் சேகரித்திருக்கின்ற வார்த்தைகள் அனைத்தும் சேர்ந்த ஒன்றே மனம்; வேறு ஒன்றுமே இல்லை. மோனநிலை எப் போதும் உங்களுடனேயே இருந்து வருவதுதான். இது வெளியில் இருந்து சேகரித்துக் கொள்ளும் ஒன்றல்ல. அதுவே சுயம் என்பதன் அர்த்தம். அது உங்களின் உள்ளார்ந்த தன்மை ஆகும். மோனம் எனும் பின்னணியின் மீது வார்த்தைகளை அடுக்கிக்கொண்டே போகிறீர்கள். அந்த வார்த்தைகளின் ஒட்டு மொத்தமே மனம் என அறியப்படுகிறது. மோன நிலை என்பதே தியானநிலை. பார்வைக் கோணத்தை மாற்றும் விஷயமே இது. வார்த்தை களில் இருந்து மோனநிலைக்கு, கவனத்தை மடைமாற்றம் செய்யும் விசயமே இது. மோனமோ எப்போதும் அங்கேயே இருக்கிறது.

11. தியானம் என்பது பரலோகம்

தியானம் என்பது இயற்கையான நிலை. அதை நாம் இழந்து விட்டிருக்கிறோம். அந்த சொர்க்கத்தை நாம் இழந்து விட்டிருக்கிறோம். ஆனால் அதை மறுபடியும் மீட்டுக்கொள்ள முடியும். குழந்தைகளின் கண்களைப் பாருங்கள்... பார்த்தீர்களானால், உன்னதமான மோனத்தை, நிர்மலத் தன்மையை அங்கே காண்பீர்கள். தியானத் தன்மையிலேயே குழந்தை (இவ்வுலகுக்கு) வருகிறது. ஆனால் சமுதாயத்தின் வழிகளில் அதனைப் பயிற்றுவிப்பது தேவையாகிறது. சிந்திப்பது எவ்வாறு, கணக்குப் போடுவது எவ்வாறு, பகுத்தறிவது எவ்வாறு, வாதம் பண்ணுவது எவ்வாறு என்பனவற்றை எல்லாம் அதற்கு கற்பிக்க வேண்டி இருக்கிறது. சொற்களையும் மொழியையும் கருத்துகளையும் அதற்கு சொல்லித்தரவேண்டி உள்ளது. இவ்வாறு மெல்ல மெல்ல அது தன் இயல்பான மாசுமறுவற்ற தன்மையுடனான தொடர்பை இழந்து விடுகிறது. சமூகத்தினால் கறைப்படுத்தப் பட்டதாக, களங்கப்படுத்தப்பட்டதாக ஆகிறது. திறமையான இயந்திரமாக ஆகிறது. மனிதராக இல்லாமலே போய் விடுகிறது.

மறுபடியும் அதே இடத்தை (தன்மையை) திரும்பப்பெறுவதே தேவை. அதுவே போதும்.

தியானம் என்பது என்ன?

முன்பே அதை நீங்கள் உணர்ந்திருக்கிறீர்கள். எனவேதான் தியானத்தை முதல்முதலாக நீங்கள் உணர்ந்து அறிந்து கொள்ளும்போது நிச்சயம் நீங்கள் ஆச்சரியப்படுவீர்கள். ஏற்கனவே இது உங்களுக்கு தெரிந்திருந்ததுதானே என்னும் உணர்வு உங்களுக்குள் பலமாக எழும். ஆயினும் அந்த உணர்வு உண்மையானதுதான்: இதற்கு முன்னமே அதை நீங்கள் உணர்ந்திருக்கிறீர்கள். பின் மறந்துவிட்டீர்கள். குப்பைகளின் குவியலில் மாணிக்கம் மறைக்கப்பட்டுவிட்டது. ஆனால், அதை வெளியில் எடுக்க உங்களால் முடிந்தால் மாணிக்கத்தை மறுபடியும் கண்டுகொள்வீர்கள். அது உங்களுடையதே.

உண்மையில் அதை நீங்கள் இழந்துவிடவே முடியாது. மறந்து விடத்தான் முடியும். தியானிகளாகவே நீங்கள் பிறக்கிறீர்கள். பின் நாம் மனதின் வழிகளை (மட்டுமே) கற்கிறோம். ஆனால் நம் நிசமான இயல்பு எங்கோ ஆழத்தில் அடிநீரோட்டமாக மறைந்து கிடக்கிறது. என்றைக்காயினும் சிறிது தோண்டினாலும், அந்த தெளிந்த நன்னீர் ஊற்று இன்னும் ஓடிக்கொண்டே இருப்பதை நீங்கள் கண்டுகொள்வீர்கள். அதைக் கண்டு உணர்ந்து கொள்வதுதான் வாழ்வில் மாபெரும் ஆனந்தமாகும்.

எந்த இடத்தில் இருந்தாலும் உங்களை நீங்கள் நினைவுகூர்ந்தபடியே இருங்கள். உங்களின் இருப்பை நினைவில் கொள்ளுங்கள். உங்களின் இருப்புநிலை பற்றிய இந்தப் பிரக்ஞை தொடர்ச்சியாக இருப்பது போல் ஆகவேண்டும். உங்களின் பெயர், சாதி, தேசம் என்பவை அற்பமான விசயங்கள்; முற்றிலும் பயனற்ற விசயங்கள். (இவற்றை எப்போதும் நினைவில் வைத்துக்கொள்ளத் தேவை இல்லை).

12. தியானம் என்பது நினைவு கூர்தல்

"நான் இருக்கிறேன்" – என்பதை மட்டும் நினைவில் வையுங்கள். இதை மறக்கவே முடியாது. இதைத்தான் இந்துக்கள் 'தன்னை உணர்தல்' (Self - Remembrance) என்கிறார்கள். இதையே புத்தர் 'உன்னதமான மனநிலை' என்றார். இதையே குருட்ஜீப் 'சுயத்தை நினைவு கூர்தல்' என்பார். இதையே கிருஷ்ணமூர்த்தி 'விழிப்புணர்வு' என்கிறார்.

"இருக்கிறேன்" என்பதை மட்டும் நினைவு கூர்ந்தபடி இருப்பதே தியானத்தின் மிகவும் சாரமான பகுதியாகும். நடந்து கொண்டிருக்கும் போதும், உட்கார்ந்து கொண்டிருக்கும் போதும், சாப்பிட்டுக்கொண்டிருக்கும் போதும், பேசிக் கொண்டிருக்கும் போதும் "நான் இருக்கிறேன்" என்பதை நினைவு கூருங்கள். இதை ஒருபோதும்

மறவாதீர்கள். இது மிகவும் கடினம்தான். மிகவும் சிரம சாத்தியமானதுதான். தொடக்கத்தில் நீங்கள் மீண்டும் மீண்டும் மறந்துகொண்டே இருப்பீர்கள். ஒருசில கணங்களில் மட்டுமே நீங்கள் பிரகாசிப்பதாக உணர்வீர்கள்; அதற் குள்ளேயே அது தொலைந்து போகிறது. அதனால் மனம் தளர்ந்து போய்விடாதீர்கள். ஒருசில கணங்கள்கூட இதைச் சாதிப்பது பெரிய விசயம்தான். தொடர்ந்து செல்லுங்கள். மறுபடியும், நினைவுக்கூர முடிகிற போதெல்லாம், மீண்டும் இந்தச் சரடைப் பற்றிக் கொள்ளுங்கள். மறந்து போய்விட்டால் அதற்காக கவலைப்படாதீர் கள். மறுபடியும் நினைவுகூருங்கள். மறுபடியும் இந்தச் சரடைப் பிடித்துக் கொள்ளுங்கள். படிப்படியாக இடைவெளிகள் குறையும். இடை வேளைகள் குறையத் தொடங்கும். ஒரு தொடர்ச்சியான நிலை உருவாகும். அப்படி உங்கள் விழிப்புணர்வு தொடர்ச்சியாக நீடித் திருக்கும் போதெல்லாம் நீங்கள் உங்கள் மனத்தை உபயோகிக்கத் தேவையில்லை. அப்போது (முன்கூட்டியே) திட்டமிடுதல் என்பது இராது. நீங்கள் உங்கள் விழிப்புணர்வில் இருந்துதான் செயல்படுகிறீர்கள்; உங்கள் மனத்தில் இருந்து அல்ல. பின் எதற்கும் வருந்தவோ மன்னிப்புக் கேட்கவோ தேவையே இராது. எந்தவிதமன தற்சார்பு விளக்கம் கொடுக்கவோ நியாயப்படுத்தவோ தேவை

இராது. அப்போது, நீங்கள் என்னவாக இருக்கிறீர்களோ அதுவாகவே இருக்கிறீர்கள். ஒளித்துக் கொள்ள அவசியமே இல்லை. நீங்கள் எப்படிப்பட்டவராக இருக்கிறீர்களோ அப்படியே நடந்து கொள்கிறீர்கள். வேறுவிதமாக உங்களால் நடந்து கொள்ளவும் முடியாது. இடையறாது நினைவு கூரும் நிலையிலேயே நீங்கள் இருக்க முடியும். இந்த நினைவு கூர்தலின் வாயிலாகவே – இந்த உன்னதமான மனோநிலையின் வாயிலாகவே – நிஜமான சமயமும், நிஜமான ஒழுக்கமும் உருவாகிறது.

※ ※

13. தியானம் என்பது சுதந்திரம்

*வாழ்*க்கையானது இயற்கையாகவே அழகாகச் செல்கிறது என்றால், வாழ்வுக்கு எதிரான ஆசிரியர்கள் யாருமே இல்லை என்றால், உங்களை வழிதவறச் செய்ய அரசியல்வாதிகளும் மதவாதிகளும் இல்லை என்றால், உங்கள் 42-வது வயதைச் சமீபிக்கும் போது, பாலியலில் பக்குவம் உண்டாகின்ற அதே கால கட்டத்தில் உங்களுக்கு தியானத்திலும் பக்குவம் உண்டாகிறது. 42-வது வயதை ஒட்டி ஒருவர் தன்னுள் உள்நோக்கிச் செல்லும் உணர்வைப் பெறத் தொடங்குகிறார். 14-வது வயதை ஒட்டி ஒருவர், தனக்கு வெளியே அடுத்த

வரை நோக்கி செல்லத் தொடங்குகிறார். புற நோக்கராக ஆகிறார். காதல் என்பது புறம் நோக்கியதே. அடுத்தவரைப் பற்றி யோசிப்பதே உறவின் தன்மை. தியானம் என்பது அகநோக்கானது. தியானம் என்பது தன் சொந்த சுயத்தை, தன் சொந்த மையத்தையே யோசித்தல் ஆகும்.

14 வயதுக்கும் 42 வயதுக்கும் இடையில் ஒரு (மகத்தான) மாறுதல் வருகிறது. படிப்படியாக ஒருவர் தன் வாழ்க்கையை வாழ்கிறார். அன்பை அறிந்து கொள்கிறார். அதன் நிறைவேற்றத்தையும் அதன் நிராசையையும் அறிகிறார். அதன் ஆனந்தத்தையும் அதன் சோகத்தையும் அறிகிறார். அதன் அழகையும் அதன் அசிங்கத்தையும் அறிகிறார். மிகச்சிறந்த பரவச கணங்களும் உள்ளன, அதையடுத்து மிகப்பெரும் (இருண்ட) பள்ளத்தாக்குகளும் உள்ளன என்பதை அறிகிறார். பின் அவர் படிப்படியாக தன்சொந்த சுயத்தை நோக்கி மட்டுமே போகத் தொடங்குகிறார். ஏனெனில் மற்றவரைச் சார்ந்திருப்பதில் ஒரு போதும் உண்மையான பரவசம் இருக்கவே முடியாது. ஆனால் உங்கள் ஆனந்தம் மற்றவரைச் சார்ந்ததே – மற்றவரைப் பொறுத்ததே என்றால், அந்த ஆனந்தத்தில் ஒருபோதும் சுதந்திரம் என்னும் குணாம்சம் இருக்கவே முடியாது. ஆயினும் சுதந்திரம் இல்லாத ஆனந்தம், பேரானந்தம் அல்ல. மற்றவரை நீங்கள் சார்ந்து இருக்கிறீர்கள் என்றால் அதற்கு ஒரு வரம்பு

ஏற்பட்டு விடுகிறது. காதலின் மூலமாக வரும் மகிழ்ச்சி தற்காலிகமானதே. சில கணங்களுக்கு மட்டுமே மற்றவரை நீங்கள் சந்திக்க முடிகிறது. பின் மறுபடியும் நீங்கள் பிரிந்திருக்கிறீர்கள். தனித்து விடுகிறீர்கள். (சொல்லப்போனால்) சந்திப்பின் நடுவிலேயே கூட (மனதளவில்) நீங்கள் பிரியத் தொடங்குகிறீர்கள். ஒரு கணம் மட்டுமே நீங்கள் சேர்ந்திருக்கிறீர்கள். அதன் பின் ஒருவர் இப்படி எண்ணத் தொடங்குகிறார்: "இயற்கையில் இருந்து மறுபடியும் பிரிவு என்பதே நேராமல் அதனுடன் இரண்டறக் கலந்துவிட ஏதேனும் வழி இருக்கிறதா?"

இருக்கிறது. அதுதான் தியானம். அன்பு என்பது அடுத்தவர் துணையுடன் ஒரு சில கணங்களுக்கு மட்டுமே இயற்கையுடன் சேர்ந்திருப்பதாகும். தியானம் என்பதோ இயற்கையுடன் நிரந்தரமாக ஐக்கியப்பட்டிருப்பதாகும்.

யோகம் என்றால் 'ஐக்கியப்படுதல்' எனப்பொருள். உங்களின் மையத்தின் அடியாழத்தில் நிகழ வேண்டியதாகும் இது. அப்போதுதான் ஆனந்தம் இருக்கும்; அத்துடன் சுதந்திரமும் இருக்கும். அப்போது தான் பரவசம் இருக்கும்; அதைத் தொடர்ந்து இருட்டுப்பள்ளம் தொடராதிருக்கும். பின்னர் உங்கள் மகிழ்ச்சி சாசுவதமாய் இருக்கும். உங்கள் கொண்டாட்டமும் சாசுவதமாய் இருக்கும்.

14. தியானம் என்பது நுட்ப உணர்வுத் திறம்

விழிப்புணர்வு என்னும் ஒளியே வாழ்க்கையை மதிப்புக்குரியதாக, அசாதாரணமானதாக ஆக்கு கிறது. அப்போது சிறிய விசயங்களும்கூட அர்த்த மற்ற விசயங்களாய் இருப்பதில்லை. கவனத் தன்மையும் நுட்பமாக உணரும் தன்மையும் அன்பும் நிறைந்த மனிதர், கடற்கரையில் இருக் கும் சாதாரண கூழாங்கல்லைத் தொட்டாலும் அந்தக் கல் ஒரு கோகினூர் வைரக் கல்லைப்போல் ஆகிறது. ஆனால் நீங்கள் உங்கள் விழிப்புணர்வற்ற நிலையில் ஒரு வைரக் கல்லையே தொட்டாலும், அது சாதாரண கூழாங்கல் போலவே ஆகிறது. அல்லது அதுவாகக்கூட ஆவதில்லை. நீங்கள் எந்த அளவுக்கு விழிப்புணர்வுடன் இருக்கிறீர்களோ அந்த அளவுக்கே உங்களின் வாழ்க்கையும் ஆழமும் அர்த்தமும் பொருந்தியதாக இருக்கும்.

இப்போது உலக முழுவதிலும் இருந்தும் மக்கள் "வாழ்க்கையின் பொருள் என்ன?" என்று கேட்டுக் கொண்டிருக்கிறார்கள். வாழ்க்கை அதன் பொருளை இழந்துவிட்டிருப்பது வெளிப் படை. ஏனெனில் பொருளைக் கண்டுபிடிக்கும் வழியை நீங்கள் இழந்துவிட்டிருக்கிறீர்கள் – விழிப்புணர்வே அந்த வழி.

வயதால் மட்டுமே வளர்ச்சி பெறுவது என்பது பெருமைக்குரிய விசயமே அல்ல. எல்லா விலங்கினமும் வளர்ச்சி பெறுகிறது. அதற்கு நுண்ணறிவு எதுவும் தேவைப்படுவதில்லை. உயர்வை அடைவது என்பது முற்றிலும் வேறுவிதமான ஒரு அனுபவம். வயதில் வளர்வது கிடைமட்டமானது. உயர்வால் (தன்மையால்) வளர்வது செங்குத்தானது. இது உங்களை மிக உயர்வான நிலைக்கு அழைத்துக் கொண்டு போகிறது.

15. தியானம் என்பது உயரும் தன்மை

மேலும் மிக ஆழமான, நுட்பமான தன்மைக்கும் அழைத்துக் கொண்டு போகிறது. ஒருவிஷயம் தெரிந்தால் உண்மையிலேயே நீங்கள் ஆச்சரியப் படுவீர்கள். அதாவது காலம் கிடைமட்டமாகத் தான் போய்க்கொண்டு இருக்கிறது. ஆம் ஒரு கணம் போகிறது. இன்னொரு கணம் வருகிறது. இன்னொரு கணம், இன்னொரு கணம்... வரிசையாக, கிடைக் கோட்டிலேயே வருகிறது. காலம் கிடைமட்டமானது. மனமும்கூடக் கிடைமட்டமானதுதான். ஒரு எண்ணத்தை தொடர்ந்து, இன்னொரு எண்ணம் வருகிறது. அதைத் தொடர்ந்து இன்னொரு எண்ணம். அதைத் தொடர்ந்து மற்றுமொரு எண்ணம். இப்படி வரிசையாக, நேர்கோடாக, ஊர்வலம் போல் அல்லது போக்குவரத்தாக எண்ணங்கள்

வருகின்றன. ஆனால் எப்போதும் கிடைமட்ட மாகவே வருகின்றன.

தியானம் செங்குத்தானது. மனத்தையும் காலத்தையும் கடந்து அது அப்பால் செல்கிறது. மேலும், உன்னதமான உணர்வு நிலையினில் பார்த்தால் காலமும் மனமும் சமமான ஒன்றே; எண்ணங்களின் - கணங்களின் கிடைமட்டத் தொடர்ச்சி என்னும் ஒரே நிகழ்வின் இரண்டு விதமான பெயர்கள்தான் காலம் என்பதும் மனம் என்பதும் என்பதை நீங்களே அறிந்து கொள்வீர் கள். தியானமானது காலம், மனம் இரண்டையுமே நிறுத்துவதாகும். திடீரென நித்தியத்துவத்தில் நீங்கள் எழத் தொடங்குகிறீர்கள். நித்தியத்துவம் என்பது காலத்தைச் சேர்ந்தது அல்ல. நித்தியம் என்பது எண்ணத்தினுடையதும் அல்ல. அது ஒரு (பூரண) அனுபவம்.

வருங்கால நினைப்பில் வாழ்கின்றவர் போலி வாழ்க்கை தான் வாழ்கிறார். உண்மையில் அவர் வாழவே இல்லை. வாழ்வதுபோல் நடிக்க மட்டுமே செய்கிறார்; வாழ்வதாக நம்புகிறார்; வாழ ஆசைப்படுகிறார்; ஆனால் ஒரு போதும் அவர் வாழ

16.	தியானம் என்பது தப்பித்தல் அல்ல

கிறதில்லை. மேலும் நாளை என்பதோ ஒரு போதும் வருவதில்லை. இன்று என்பதே எப்போதும் வந்துகொண்டே இருக்கிறது. வருவது எல்லாமே எப்போதும், இங்கேயே இப்பொழுதே என்பதாகவே உள்ளது. இங்கேயே இக்கணத்திலேயே வாழ்வது எவ்வாறு என்பது அவருக்கு தெரிவதில்லை. ஆனால் அதில் இருந்து தப்பித்துக் கொள்வது எவ்வாறு என்பதை மட்டுமே அவர் அறிந்துள்ளார். தப்பிக்கும் வழியே "ஆசை" எனப்படுகிறது. தன்ஹா (thnha): இதுவே நிகழ் கணத்தில் இருந்து தப்பித்தலுக்கு, யதார்த்தத்தில் இருந்து யதார்த்தம் இன்மைக்கு நழுவிச் செல்வதற்கு புத்தர் வைத்த பெயர்.

ஆசைப்படும் மனிதர், தப்பிக்கும் மனிதரே ஆவார்.

ஆனால் இது மிகவும் வினோதமானது. ஏனென்றால் தியானிகள்தாம் தப்பித்துக் கொள்கிறார்கள் என்று பொதுவாகவே கருதப்படுகிறது. இது சுத்த அபத்தமான கருத்து ஆகும். தியானி மட்டும்தான் எதிலிருந்தும் தப்பிக்கிறவர் இல்லை. மற்ற யாவரும் தப்பிக்கிறவர்களே. ஆசைகளில் இருந்து – எண்ணங்களில் இருந்து – மனதில் இருந்து வெளியேறுவதே தியானம். நிகழ்கணத்தில் நிகழும் இடத்தில் இளைப்பாறுதலே தியானம். உலகிலேயே தப்பித்தல் அல்லாத ஒரேகாரியம், தியானம் மட்டுமே. ஆனால் அதுதான் மிகவும்

தப்பித்துக் கொள்ளும் காரியமாகவே கருதப் படுகிறது. தியானத்தைக் கண்டனம் செய்யும் மனிதர்கள் எப்போதுமே, அது ஒரு விதமான தப்பித்தல்; வாழ்வதில் இருந்து தப்பித்தலே அது என்னும் வாதத்தை முன்வைத்தே கண்டனம் செய்கிறார்கள். அவர்கள் சொல்வது முற்றிலும் அபத்தம். அவர்கள் தான் சொல்வது இன்னது தான் என்று அவர்களுக்கே புரியாமல் இருக் கிறார்கள்.

தியானம் என்பது வாழ்வதில் இருந்துதப்பித்தல் அல்ல. வாழ்வுக்குள்ளேயே (நுழைந்து) தப்பித் தல். மனம்தான் வாழ்வில் இருந்து தப்பிக்கிறது. ஆசைதான் வாழ்வில் இருந்து தப்பிக்கிறது.

17. தியானம் என்பது ஒரு லாவகம்

சும்மா இருப்பதுதான் உலகிலேயே மிகவும் எளிதான கலை. அது ஒரு செய்கை அல்ல. செயல் கடந்த நிலை. அது எப்படி கடினமாக முடியும்?

சோம்பேறித்தனத்தின் மூலமாகவே ஞானநிலை பேறு அடையும் வழியை நான் உங்களுக்கு காட்டுகிறேன்!

அதை அடைய எதையுமே செய்ய வேண்டியது

இல்லை. ஏனெனில் ஞானநிலைதான் உங்களின் இயற்கைக் குணம். நீங்கள் இப்பவும் அதை பெற்றிருக்கிறீர்கள். வெளிவிவகாரங்களில் ரொம்பவுமே நீங்கள் ஓடிக்கொண்டிருப்பதாலேயே உங்களின் சொந்த இயற்கை குணத்தை உங்களால் காணமுடிவதில்லை.

உங்களுக்கு வெளியில் (பலதும்) இருப்பது போலவே உங்களின் உள் ஆழத்திலும் (நிறைய) இருக்கிறது: அழகு, மோனம், பரவசம், பேரின்ப நிலை – எல்லாமே. அதனால் தயவுசெய்து சில பொழுதுகளிலாவது உங்கள் மேல் அன்போடு இரக்கம் காட்டுங்கள்: பேசாமல் அமருங்கள். எதையும் செய்யாமலிருங்கள் – உடல் ரீதியாகவும் சரி மனரீதியாகவும் சரி. தளர்வாக (Relaxation) இளைப்பாறுங்கள். (உண்மையான முறையில்); அமெரிக்க முறையில் அல்ல!... ஏனெனில், எப்படித் தளர்ந்து இளைப்பாறுவது" என்ற தலைப்பிட்ட அநேக அமெரிக்க புத்தகங்களை நான் பார்த்திருக்கிறேன். அதை எழுதியவருக்கு தளர்வாக இருத்தலைப் பற்றி ஒன்றுமே தெரியாது என்பதை அந்தத் தலைப்பே தெரிவிக்கிறது. தளர்வு கொள்வதில் "எப்படி" என்பதே கிடையாது.

ஆம். "ஒரு காரைப் பழுதுபார்ப்பது எப்படி" என்றால் அது சரியானது. அதற்கு நீங்கள் ஏதாவது செய்தேஆக வேண்டும். ஆனால் தளர்வு

கொள்ளுதலைப் பொறுத்தவரை செய்கை என்ற ஒன்றே இல்லை. எதையும் செய்யாமல் இருந் தாலே போதும். ஆரம்பத்தில் உங்களுக்குக் கொஞ்சம் கடினமாகத் தெரியும் என்பதை அறி வேன். இதற்குக் காரணம், தளர்வு கொள்ளுவது கடினமானது என்பதால் அல்ல. செயலுக்கே நீங்கள் பழகிப் பழகி அதற்கு அடிமையாகி இருக்கிறீர்கள் என்பதால்தான். இந்த பழக்க தோசம் மறைய சிறிது காலம் ஆகும்.

சும்மா இருங்கள். அப்படியே கவனியுங்கள். இருத்தல் என்பது செயல் அல்ல. கவனித்தலும் செயல் அல்ல. அமைதியாக உட்கார்ந்து எதையுமே செய்யாமல் நிகழ்வதை எல்லாம் கவனித்தபடியே சாட்சியாக மட்டும் இருங்கள். எண்ணங்கள் உங்கள் மனதில் ஓடிக்கொண் டிருக்கும். உங்கள் உடம்பில் ஏதாவது ஓரிடத்தில் இறுக்கம்போல் உணரக்கூடும். தலை ஒருபக்க மாக வலிக்கலாம். (எல்லாவற்றையும்) கவனித்த படியே இருங்கள். அவற்றுடன் உங்களை ஐக்கியப் படுத்திக் கொள்ளாதீர்கள். கவனியுங்கள். மலை உச்சியில் இருந்து கவனிப்பவராக இருங்கள். மற்ற யாவும் கீழே பள்ளத்தாக்கில் நிகழ்ந்து கொண்டுதான் உள்ளன. இது ஒரு லாவகம். (கற்றுக்கொள்வதற்கு) இது ஒரு கலை அல்ல.

தியானம் ஒரு அறிவியல் அல்ல. கலை அல்ல. அது ஒரு லாவகம் – அவ்வளவு தான். உங்களுக்கு தேவைப்படுவதெல்லாம் கொஞ்சம் பொறுமை.

பழைய பழக்கங்கள் தொடரும். எண்ணங்கள் விரைந்து வந்துகொண்டேதான் இருக்கும். உங்கள் மனம் எப்போதும் ஒரு அவசர கதியிலேயே இருக்கிறது. அங்கே போக்குவரத்து எப்போதும் நெரிசலாகவே காணப்படுகிறது. அமைதியாக அமர்ந்திருக்க உங்கள் உடம்பு பழக்கப்பட வில்லை. புரண்டுகொண்டும் நெளிந்துகொண்டும் இருக்கிறீர்கள். அதுபற்றி கவலைப் படத்தேவை இல்லை. உடம்பு புரளு வதையும் நெளிவதையும் கவனித்தபடி மாத்திரம் இருங்கள். மனம் சுழலு வதையும்; பொருத்தமான – பொருத்தமற்ற எண்ணங்களாலும், பயனற்ற கற்பனைகள் – கனவுகளாலும் நிறைந்திருப்பதையும் கவனித்த படி இருங்கள். வெறுமனே கவனித்தபடியே உங்கள் மையத்தில் லயித்து இருங்கள்.

உலகத்தில் இருக்கும் எல்லா மதங்களும் ஏதாவது காரியங்களைச் செய்யுமாறே மக்களுக்கு கற்பித்திருக்கின்றன: எண்ண ஓட்டத்தை நிறுத்து, உடலை அசையாத ஆசன நிலையில் வலிந்து கட்டுப்படுத்து என்றே கற்பிக்கின்றன. அதுதான் யோக முறை. உடலை அசையாது (நிலைத்து) இருக்கும்படி நீண்டகால பயிற்சிமூலம் கட்டாயப் படுத்துவதுதான் யோகா. ஆனால் வலுக்

கட்டாயத்துக்கு உள்ளாக்கப்பட்ட உடல் அமைதி யான உடலாக ஆகாது. அவ்விதமே எல்லா மதங்கள் செய்யும் பிரார்த்தனைகளும், மன ஒருமைப்பாடுகளும், ஆழ்ந்து ஒன்றிலேயே லயித்து இருப்பவைகளும் இதையே மனதுக்கு செய்துள்ளன. அவை மனத்தை கட்டாயப் படுத்துகின்றன. எண்ணங்கள் அசைய, வெளி யேற அவை அனுமதிப்பதில்லை. ஆம். அப்படிச் செய்ய உங்களுக்கு திறன் உண்டு. தொடர்ந்து முயன்றால் எண்ண ஓட்டத்தையே உங்களால் நிறுத்த முடியலாம். ஆனல் இது நிஜமான இருத்தல் அல்ல. முற்றிலும் போலியானது.

ஸ்திரத்தன்மை தானாகவே வரும்போது அது உண்மையிலேயே அழகானது. உங்களின் முயற்சி இன்றியே மோனம் கவியும்போது அது அற்புத மானது. எண்ணங்களை நீங்கள் கவனித்து வரும்போது, ஒரு கட்டத்தில் எண்ணங்கள் மறையத் தொடங்கி மோனம் நிகழத் தொடங்கும் போது அது அழகானது. நீங்கள் சம்மந்தப் படுத்திக் கொள்ளவில்லை என்றால் எண் ணங்கள் தானாகவே நின்றுவிடுகின்றன. சாட்சி யாக மாத்திரம் இருந்தால், "இது என் எண்ணம்" என்று நீங்கள் சொல்லாமல் இருந்தால் எண்ணங்கள் அதுவாகவே நின்றுவிடுகின்றன.

"இது கெட்டது, இது நல்லது" என நீங்கள் சொல்லக்கூடாது; "இது இப்படித்தான் இருக்க

வேண்டும்" என்றும் "இது இப்படி இருக்கக் கூடாது" என்றும் நீங்கள் சொல்லக்கூடாது. அப்படிச் சொன்னால் நீங்கள் ஒரு கவனிப்பாளராகவே இல்லை. உங்களிடம் முன் அனுமானங்கள் உள்ளன. சில அபிப்பிராயங்கள் உள்ளன. கவனிப்பாளருக்கு முன் யூகம், முன்கூட்டிய தீர்ப்பு என்று ஏதும் கிடையாது. அவர் கண்ணாடி போல வெறுமனே காண்கிறார்/காட்டுகிறார்.

ஒரு பொருளை கண்ணாடியின்முன் கொண்டு வந்தால் அது அப்பொருளைப் பிரதிபலிக்கிறது; வெறுமனே பிரதிபலிக்கிறது. இந்த ஆள் அசிங்கமானவர், அந்த ஆள் அழகானவர், "ஆகா! உங்களுக்கு எவ்வளவு நேர்த்தியான மூக்கு!" என்றெல்லாம் அது தீர்ப்போ, விமர்சனமோ கூறுவதில்லை. கண்ணாடியிடம் சொல்வதற்கு ஒன்றுமே இல்லை. பிரதிபலிப்பது ஒன்றே அதன் இயற்கை. அது பிரதிபலிக்கிறது. இதையே நான் தியானம் என்கிறேன். உங்களுக்கு உள்ளேயோ வெளியிலோ இருக்கும் ஒவ்வொன்றையும் நீங்கள் வெறுமனே பிரதிபலிக்கிறீர்கள்.

அத்துடன் நான் உங்களுக்கு உத்திரவாதம் தருகிறேன்... என்னால் உறுதிதர முடியும். ஏனென்றால் எனக்கு அது நிகழ்ந்திருக்கிறது. என்னைப்போன்ற மக்கள் பலருக்கும் அது நிகழ்ந்திருக்கிறது. பொறுமையாக கவனித்த படியே இருங்கள். சில நாள்கள் கழியலாம். சில

தியானம் என்பது என்ன?

மாதங்கள் ஆகலாம். அல்லது சில ஆண்டுகள் ஆகலாம். கால அளவை நிச்சயிக்க வழி இல்லை. ஏனெனில் ஒவ்வொரு தனிநபரும் வெவ்வேறு விதமான சேகரிப்பை வைத்திருக்கிறார்.

பழங்காலப் பொருள்களையோ, அஞ்சல் தலை களையோ சேகரிக்கும் மனிதர்களை நீங்கள் பார்த்திருப்பீர்கள். ஒவ்வொருவரும் வெவ்வேறு விதமான சேகரிப்பை மேற்கொள்கிறார்கள். அளவு மாறுபடலாம். ஆகவே அது எடுத்துக் கொள்ளும் காலமும் வேறுபடும். ஆனாலும் உங்களால் முடியும்வரை தொடர்ந்து சாட்சியாய் இருங்கள். இந்த தியானத்துக்கு தனிப்பட்ட நேரம் எதுவும் தேவையில்லை. தரையைக் கழுவிக்கொண்டே, நீங்கள் தரையை கழுவிக் கொண்டிருப்பதையே அமைதியாக கவனித்தபடி இருக்கலாம்.

நான் எனது கையை பிரஞ்ஞையின்றி-கவனமின்றி நகர்த்த முடியும். அல்லது முழுப் பிரக்ஞை யுடன் அதை நான் இயக்கவும் முடியும். இவ்விரண்டுக்கும் இடையில் பண்பு ரீதியான வேறுபாடு உண்டு. உணர்வில்லாமல் நீங்கள் அதை அசைக்கும்போது அது இயந்திரத்தன மானது. உணர்வோடு அசைக்கும்போது அதில் நளினம் இருக்கிறது. உங்கள் உடம்பின் ஒரு பாகமான அந்தக் கையிலேயேகூட அமைதியை. சாந்தத்தை நீங்கள் உணரமுடியும் என்றால் மனத்தைப் பற்றி என்ன சொல்ல இருக்கிறது?

நீங்கள் கவனித்து வரவர, மெல்ல மெல்ல எண்ணங்களின் நெருக்கடி – வேகம் – படிப்படியாகக் குறையத் தொடங்குகிறது. அமைதியான கணங்கள் தோன்ற ஆரம்பிக்கின்றன. ஒரு எண்ணம் தோன்றுகிறது. மீண்டும் அமைதி... (எண்ணங்களுக்கு இடையிலான) இந்த இடை வெளிகள் தியானத்தின் முதல் மங்கலான காட்சியை உங்களுக்குத் தருகின்றன. நீங்கள் வீட்டை சமீபித்துக் கொண்டு இருக்கிறீர்கள் என்பதன் முதல் மகிழ்ச்சியை, நிம்மதியைத் தருகின்றன.

தியானம் என்பது என்ன என்பதை ஒருமுறை நீங்கள் உணர்ந்து புரிந்து கொண்டதுமே விசயங்கள் மிகவும் தெளிவாகி விடுகின்றன. இல்லாவிட்டால் நீங்கள் இருட்டுக் குள்ளேயே தொடர்ந்து துளாவிக் கொண்டிருக்க வேண்டியதுதான்.

18. தியானம் என்பது தெளிந்த நிலை

தியானம் என்பது ஒரு மனநிலை அல்ல. அது ஒரு தெளிந்த நிலை. மனம் என்றால் குழப்பம். மனம் ஒருபோதும் தெளிவாக இருக்கிறதில்லை. அதனால் முடியாது. எண்ணங்கள் உங்களைச் சுற்றிலும் புகைமூட்டங்களை உண்டாக்குகின்றன. அவை நுணுக்கமான

படலங்கள். அவை உருவாக்கும் பனிப்படலத்தில் தெளிவு மறைந்து, காணாமல் போகிறது. எண்ணங்கள் மறைந்ததும், உங்களைச் சுற்றிலும் மேகமூட்டங்கள் அறவே இல்லாமல் போனதும், உங்கள் சுத்த இருப்பில் நீங்கள் லயித்து இருக்கும் போது, தெளிவு நிகழ்கிறது. அதன்பின் நீங்கள் தொலைதூரங்களையும் பார்க்க முடியும். பிரபஞ்சத்தின் அந்தக் கடைசி வரைக்கும்கூட உங்களால் பார்க்கமுடியும். பின் உங்களின் கூர்மையான பார்வையினால் இருத்தலின் மையத்தையே ஊடுருவிப் பார்க்க முடிகிறது.

தியானம் என்பதை பார்வைத் தெளிவு; முழுமையாகத் தெளிந்த நிலை. அதைக் குறித்து நீங்கள் எதுவுமே சிந்திக்க முடியாது. சிந்திப்பதை நீங்கள் கைவிட்டே ஆக வேண்டும்.

19. தியானம் என்பது வெட்ட வெளி

நீண்ட காலமாகவே மனம் சூனியத் தன்மையாவது – மனம் வெறுமையாவது – கண்டனம் செய்யப்பட்டே வந்திருக்கிறது. மனவெறுமை அழகானது. ஆனால் “வெறுமையான மனம் பிசாசின் பட்டறை” என்றே முட்டாள் மனிதர்கள் உங்களுக்குச் சொல்லிக் கொடுத்திருக்கிறார்கள். (உண்மையில்

வெறுமையான மனம் கடவுளின் பட்டறை ஆகும்! எண்ணங்களால் ஆக்கிரமிக்கப்பட்ட மனமே சைத்தானின் பட்டறை.

ஆனால் ஒருவர் உண்மையாகவே சூனியமாக வேண்டும். சோம்பேறியாக இருப்பதாலேயே நீங்கள் வெறுமையாய் இருக்கிறீர்கள் என்று பொருளாகிவிடாது. எதையுமே செய்யாமல் இருந்தாலே நீங்கள் வெறுமையாய் இருக்கிறீர்கள் என்று ஆகிவிடாது. ஆயிரக்கணக்கான எண் ணங்கள் உள்ளே ஓயாமல் ஆர்ப்பரிக்கின்றன. வெளியில் நீங்கள் சோம்பி இருக்கலாம். ஆனால் உள்ளே நிறைய வேலை நடந்துகொண்டே இருக்கிறது. பல சுவர்கள் கட்டப்பட்டுக் கொண்டு உள்ளன. புதிய சிறைக்கூடங்கள் தயாராகி வருகின்றன. அப்போதுதான், பழைய சிறை உங்களுக்கு சலித்துப் போனாலும் புதிய சிறைக்குள் புகுந்துகொள்ள முடியும். பழைய சங்கிலிகள் எந்த நேரத்திலும் இற்று விழுந்து போகலாம்; எனவே அவற்றுக்குப்பதில் புதிய சங்கிலிகளையே நீங்கள் உருவாக்கிக் கொண் டிருக்கிறீர்கள். இதுவே தொடர்ந்து நடந்தால் நீங்கள் மிகவும் வெறுமையையே உணர்வீர்கள்.

எப்போதாவது ஒரு தடவைதான் அது இயல் பாகவே நிகழ்கிறது. ஏனென்றால் பந்தம் இல்லாத விடுபட்ட நிலையே உங்கள் இயற்கைத்தன்மை. எனவே எப்போதாவது ஒரு தடவை உங்களையும்

தியானம் என்பது என்ன?

மீறி... ஒரு சூரிய அஸ்தமனத்தை பார்க்கும்போது திடீரென நீங்கள் உங்கள் ஆசைகள் (கவலைகள்) யாவற்றையும் மறக்கிறீர்கள். உங்கள் காமவெறி, உங்கள் இன்ப நாட்டம் அனைத்தையும் மறக் கிறீர்கள். சூரிய அஸ்தமனம் மிகவும் அற்புதமாக இருக்கிறது. திக்குமுக்காடச் செய்வதாய் இருக் கிறது. அதில் நீங்கள் கடந்த காலத்தையும் எதிர்காலத்தையும் முற்றிலும் மறந்துவிடுகிறீர்கள். நிகழ்காலம் மட்டுமே நிலைக்கின்றது. அந்தக் கணத்துடன் மிகவும் ஒன்றிப்போகிறீர்கள். அங்கே உற்று நோக்குபவரும் இல்லை; உற்று நோக்கப் படும் பொருளும் இல்லை. உற்று நோக்குபவரே, நோக்கப்படும் பொருளாக ஆகிவிடுகின்றார். சூரிய அஸ்தமனமும் நீங்களும் தனித்தனியாக இருப்பதில்லை.

நீங்கள் இணைக்கப்படுகிறீர்கள். அத்தகைய இரண்டற்ற கலப்பினில் மட்டுமே நீங்கள் ஒரு வெட்டவெளிக்கு வருகிறீர்கள். அந்த வெட்ட வெளியினில் நீங்கள் ஆனந்தமாக இருப்பதை உணர்கிறீர்கள். ஆனால் மறுபடியும் நீங்கள், உங்கள் இருட்டுச் சிறைக்குள் புகுந்து கொள் கிறீர்கள். இதற்கான எளிய காரணம், வெட்ட வெளிக்கு வந்து நிர்மலமான வானத்தின் கீழ் நுங்க உங்களுக்குத் தைரியம் போதவில்லை.

அந்தத் தைரியத்தையே நான் சந்நியாசம் என அழைக்கிறேன். மேகங்கள் அற்ற வானத்தின் கீழ்,

பறவைகளின் பாடல்களில் ஆழ்ந்து லயித்த நிலையில், திரிந்துவிடாது இருப்பதையே நான் சந்நியாசம் என்கிறேன். அதன்பின் அந்த சூனிய வெளியுடன் மீண்டும் மீண்டும் அளவே இல்லாத நிலையில் நீங்கள் இசைபவராகிறீர்கள். சூனிய மாய் இருப்பதன் இன்பத்திலேயே இசைந்து விடுகிறீர்கள். சூனியமானது வெறும் சூனியம் மட்டுமே அல்ல. அது ஒரு பூரணமான நிறைவான நிலை என்பதையும், அதற்குமுன் நீங்கள் ஒரு போதும் உணர்ந்திராத ஒரு நிறைவு என்பதை யும் படிப்படியாய்க் கண்டு கொள்கிறீர்கள். இந்த நிறைவை நீங்கள் இதற்குமுன் ஒருபோதும் ருசித்ததே இல்லை.

ஆக தொடக்கத்தில் அது ஒரு சூனியமாகவே தெரிகிறது. முடிவில் அதுவே பூரணமாக, முற்றிலும் பூரணமாக, பொங்கி வழியும் பரிபூரண மாகவே இருக்கின்றது.

அதுவே பேரமைதியாய் விளங்குகிறது. மோனத் தெளிவாய் இலங்குகிறது. பிரகாசம் மிகுந்த ஒளியாய்த் துலங்குகின்றது.

உங்கள் மனதுக்குள் மிக ஆழமாக ஊடுருவிப் பார்க்கக்கூடிய கண்களே உங்களுக்கு இருக்க வேண்டும். மனதின் உள்நோக்கங்கள் என்ன என்பதைக் கூர்ந்து காணுங்கள். ஏதாவது ஒரு

தியானம் என்பது என்ன?

காரியத்தை நீங்கள் செய்யும்போதே, உடனடியாக, அதற்குத் தூண்டிய காரணத்தையும் பாருங்கள். ஏனெனில் அப்போது அதை நீங்கள் பார்க்கத் தவறிவிட்டால், மனம் உங்களை முட்டாளாக்கிக் கொண்ட போகும். வேறு ஏதாவது ஒன்றையே காரணமாகச் சொல்லிக்கொண்டே / காட்டிக் கொண்டே இருக்கும். எடுத்துக்காட்டாக கோபத்துடன் நீங்கள் வீட்டுக்குள் நுழைகிறீர்கள். உங்கள் குழந்தையை அடிக்கிறீர்கள். "அவனுடைய நன்மைக்காகத்தான், அவனை திருத்துவதற்காகத்தான்" என மனம் சொல்லும். இது ஒரு நியாயப்பாடு. இன்னும் ஆழமாகப் போய்ப் பாருங்கள்... நீங்கள் கோபமாய் இருந்தீர்கள். உங்கள் கோபத்தை காட்டுவதற்கு, உங்களுக்கு ஒரு ஆள் தேவைப்பட்டது. அலுவலகத்தில் நிர்வாகியிடம் உங்கள் கோபத்தைக் காட்ட முடியாது. உங்களைவிட பலம் வாய்ந்தவர் அவர். அது இடர் மிகுந்தது. பொருளாதார ரீதியாக அபாயகரமானது. பலவீனமான ஒருவரே உங்களுக்குத் தேவை. குழந்தை முற்றிலும் சந்திக்கச் சக்தியற்ற நிலையில் இருக்கிறான். உங்களையே நம்பி இருக்கிறான். அவனால் அப்போது எதையும் செய்ய முடியாது. அதே அடியை அவன் உங்களுக்குத் திருப்பித்தர

20. தியானம் என்பது நுண்ணறிவு

முடியாது. அவனைவிடச் சரியான பலிகடாவை நீங்கள் கண்டுபிடிக்கவே முடியாது.

இப்போது பாருங்கள்: குழந்தையின் மீதா உங்களுக்கு கோபம்? "ஆம்" என்றால், உங்கள் மனம் உங்களையே ஏமாற்றுகிறது என்பதாகும்.

ஒரு நாளைக்கு 24 மணி நேரமும் உங்கள் மனம் உங்களை ஓயாமல் ஏய்த்துக் கொண்டே இருக்கிறது. அதனுடன் நீங்கள் ஒத்துழைத்துக் கொண்டே இருக்கிறீர்கள். முடிவில் நீங்கள் மன உளைச்சலில் துன்புறுகிறீர்கள். நரகத்தில் விழுகிறீர்கள். உங்களைத் தூண்டும் உண்மையான காரணத்தை, ஒவ்வொரு கணமும் கவனியுங்கள். சரியான காரணத்தை உங்களால் கண்டுபிடிக்க முடிந்தால், மனம் உங்களை ஏமாற்றுவதற்கு இயலாமல் அதிக பலவீனமாக ஆகி விடும். அதன் ஏமாற்றுதலில் இருந்து எந்த அளவுக்கு விடுபடுகிறீர்களோ அந்த அளவுக்கு, மனதைக் கடந்து செல்ல உங்களால் இயலும். அந்த அளவுக்கு நீங்களே உங்களின் தலைவர் ஆகிவிடுவீர்கள்.

கதை ஒன்று கேள்விப்பட்டேன்...

ஒரு விஞ்ஞானி தன் நண்பரிடம் கூறுகிறார்: "நாம் மாநாட்டுக்குப் போயிருக்கும் காலத்தில் உங்கள் மனைவி கற்புக்கச்சையை அணிந்து கொள்ள வேண்டும் என நீங்கள் வற்புறுத்துவது ஏன் என

எனக்கு விளங்கவில்லை. என்ன இருந்தாலும், நீண்ட கால நண்பர்களான நம்மிடையே – அதிலும் எம்மாவின் முகலட்சணத்திற்கும் உடம்புக்கும் – யார்தான்... ?"

"நீங்கள் சொல்வது சரிதான்: ஆனால் நான்வீடு திரும்பிய பின், ஒவ்வொரு முறையும் சாவி தொலைந்துவிட்டது என நான் கூறிவிட முடியுமே." என்றார் மற்றவர்.

பாருங்கள், இதிலுள்ள பிரஞ்ஞை உணர்வுக்கு வராத உள்நோக்கத்தைகவனியுங்கள். மனம் உங்களை அடக்கிக்கொண்டே இருக்கிறது. அதிலும் அதிகாரம் செய்துகொண்டே இருக்கிறது. ஏனெனில் அதன் உண்மையான உள்காரணங்களை உங்களால் பார்க்கவே முடிவதில்லை. உள்ளே இருக்கும் நிஜமான செயல்நோக்கங்களை பார்க்கக் கூடியவராக ஒருவர் ஆகிவிட்டால், தியானம் வெகு அருகிலேயே இருக்கிறது... ஏனெனில் அதன்பின் மனமானது உங்களை இறுக பற்றிப் பிடிக்க முடியாது.

மனம் ஒரு யந்திரம். அதற்கு – நுண்ணறிவு என்பதே கிடையாது. மனம்ஒரு உடலியல் கணினி. அதற்கு எப்படி நுண்ணறிவு இருக்க முடியும்? அதற்கு திறன் உள்ளது. ஆனால் நுண்ணறிவு கிடையாது. செயல் ரீதியில் பயன்பாடு உள்ளது. விழிப்புணர்வு கிடையாது.

அது ஒரு மனித யந்திரம். சிறப்பாகவே அது வேலைசெய்கிறது. ஆனால் அளவுக்குமேல் அதற்கு காது கொடுக்காதீர்கள். ஏனெனில் அப்போது உங்களின் இயல்பான நுண்ணறிவை நீங்கள் இழந்து விடுவீர்கள். அது எப்படிப் பட்டது என்றால் உங்களுக்கு வழிகாட்டுமாறு – தலைமை ஏற்குமாறு ஒரு யந்திரத்தை நீங்கள் வேண்டிக்கொள்வதைப் போன்றது. தன்னில் சுயத்தன்மை ஏதுமற்ற ஒரு யந்திரத்திடம் நீங்கள் கேட்கிறீர்கள். அந்த யந்திரத்திடம் சுயமாக ஏதும் இருக்க முடியாது. மனதில் எழும் ஓரே ஒரு எண்ணமும்கூட, ஒருபோதும் அசலானதாக இருந்ததேயில்லை. எப்போதும் அது (பழசையே) திரும்பக் கூறுவதாகவே இருக்கிறது. இதை நன்றாகக் கவனியுங்கள்: மனம் ஒன்றைச் சொல்லும் போதெல்லாம், அது மறுபடியும் உங்களை பழகித் தேய்ந்த பாதையிலேயே பவனிவரச் செய்வதைக் கவனியுங்கள். புதிதாக ஏதாவது ஒன்றைச் செய்ய முயலுங்கள். அப்போது மனம், உங்கள் மீது ஆதிக்கம் செலுத்துவது குறைந்து போகும்.

ஏதாவது ஒரு துறையில் புதுமையைப் படைக்கும் தன்மையுள்ள மக்கள் எப்போதுமே எளிதாகவே தியானிகளாக உருமாறுகிறார்கள். தங்களது வாழ்வில் மிகவும் படைப்புத்தன்மை அற்ற மக்களுக்கே இது மிகவும் கடினமாக இருக்கிறது.

வழக்கமான வாழ்க்கையையே நீங்கள் வாழ்ந்து வந்தால், மனமானது உங்கள்மேல் மிக அதிகமாய் ஆதிக்கம் செலுத்தும். அதிலிருந்து நீங்கள் விடுபட்டுக் கடந்து செல்ல முடியாது. பயப்படுவீர்கள். (எனவே) தினமும் ஏதாவது ஒன்றை புதிதாய் புதுமையாய்ச் செய்யுங்கள். பழைய பாதையில் கவனம் செலுத்தாதீர்கள். உண்மையில் மனம்ஒன்றைச் சொல்கிறபோது, "இதைத்தான் எப்போதுமே நாம் செய்துவந்திருக் கிறோமே; இப்போது வேறொன்றை செய்வோம்" என அதனிடம் கூறுங்கள். சின்ன சின்ன மாறுதல்கள்கூட... /உங்கள் மனைவியுடன் நீங்கள் எப்போதும் பழகி வந்திருக்கும் விதத்தில் –சின்ன சின்ன மாறுதல்கள்;/நீங்கள் எப்போதும் நடக்கும் முறையில் – சின்ன சின்ன மாறுதல்கள்: /நீங்கள் எப்போதும் பேசும் முறையில் – சின்ன சின்ன மாறுதல்கள். இதன்மூலம் உங்கள் மனம் உங்கள்மீது கொண்டிருக்கும் இறுக்கம் தளர் வதைக் காண்பீர்கள். சற்று கூடுதலான சுதந்திரம் உடையவராக ஆகிறீர்கள்.

எதைச் செய்தாலும் ஆழ்ந்த கவனத்துடன் செய்யுங்கள். அப்போது சிறிய காரியங்களும் புனித காரியங்களாக

| 21. | தியானம் என்பது தூய்மை பெறுதல் |

மாறுகின்றன. அப்போது சமைத்தலோ, சுத்தம் செய்வதோ (கூட) புனிதமானவை ஆகின்றன. வழிபாடாக ஆகின்றன. நீங்கள் என்ன செய்து கொண்டிருக்கிறீர்கள் என்பதல்ல கேள்வி. அதை எப்படிச் செய்து கொண்டிருக்கிறீர்கள் என் பதே கேள்வி. ஒரு யந்திரத்தைப்போல சடங்குத்தனமாக நீங்கள் தரையைக் கழுவிவிட முடியும். கழுவித் தொலைக்க வேண்டும்; ஆகவே கழுவிவிடுகிறீர்கள். அப்போது தரையைக் கழுவி விடுவதில் மட்டுமே அக்கணங்களை நீங்கள் வீணாக்குகிறீர்கள். ஆனால் தரையைக் கழுவி விடுவதும்கூட ஒரு மாபெரும் அனுபவமாக விளங்க முடியும். அதை நீங்கள் தவறவிட்டு விட்டீர்கள். தரைசுத்தமாகி இருக்கிறது. ஆனால் உங்களுக்குள் நிகழ்ந்திருக்க வேண்டிய ஏதோ ஒன்று நிகழவில்லை. நீங்கள் விழிப்புடன் இருந்திருந்தால் தரை மட்டுமல்ல, உங்களுக் குள்ளும் ஒரு ஆழமான சுத்திகரிப்பை உணர்ந் திருப்பீர்கள். பிரகாசம் நிறைந்த (அக) விழிப் புடன், விழிப்புணர்வால் ஒளிர்ந்தபடி, தரையைக் கழுவி விடுவீர்கள். வேலை செய்தாலும் சரி, சும்மா இருந்தாலும் சரி, நடந்து கொண்டிருந்தாலும் சரி, ஒன்று மட்டும் (அவை எல்லாவற்றின் உள்ளும்) தொடர்ச்சியாக இழையோடிக் கொண்டே இருக்கவேண்டும். உங்கள் வாழ்வின் அநேக கணங்களுக்கு விழிப்புணர்வால் ஒளியூட்டுங்கள். ஒவ்வொரு கணத்திலும் ஒவ்வொரு செயலிலும் விழிப்புணர்வு எனும் அகல்விளக்கு பிரகாசமாய்

எரியட்டும். இவற்றின் ஒட்டுமொத்த விளைவே ஞானநிலைபேறு ஆகும். எல்லாக் கணங்களும் சேர்ந்து, எல்லா சிறு அகல்விளக்குகளின் வெளிச்சங்களும் சேர்ந்த ஒட்டுமொத்த பலனே ஒரு மாபெரும் ஒளிவெள்ளம் ஆகின்றது.

22. தியானம் என்பது மலரும் தன்மை

தியானமானது உங்களுக்கு அளவில்லாத நுண் ணறிவை – எல்லையற்ற நுண்ணறிவை– ஒளி வீசும் நுண்ணறிவைக் கொண்டுவரும் என்பதை நினைவில் கொள்ளுங்கள். தியானமானது உங்களை அதிகம் உயிர்த்தன்மையும், அதிகம் தெளிவும் உள்ளவர்களாக ஆக்கும். உங்கள் வாழ்க்கை அதிக வளமுள்ளதாக ஆகிவிடும். உடலை வருத்தித் தவம் செய்பவர் களைப் பாருங்கள். அவர்களின் உயிர்வாழ்க்கை பெரிதும் உயிரற்ற வாழ்க்கையாகவே ஆகி இருக்கிறது. அவர்கள் தியானிகள் அல்லர். அவர்கள் தம்மைத்தாமே சித்திரவதை செய்து கொள்பவர்கள் ஆகலாம்: அதிலேயே ஆனந்தம் கொள்பவர்கள் ஆகலாம்...

“மனம் மிகவும் தந்திரமானது. அது, தான் செய்யும் காரியங்கள் எல்லாம் செய்துவிட்டு அவற்றை

நியாயப்படுத்துகிறது. சாதாரணமாக மற்றவர்களிடம் நீங்கள் வன்முறையாகவே நடந்து கொள்கிறீர்கள். ஆனால் மனம் மிகவும் தந்திரசாலி. அது அகிம்சையைக் கூடக்கற்றுக்கொள்ள முடியும். அகிம்சையை அதனால் போதிக்கவும் முடியும். அப்போது அது தன்மீதே வன்முறை செலுத்துவதாக மாறிவிடும். அப்படி உங்கள் மீதே நீங்கள் வன்முறையைத் திணித்துக் கொள்ளும் போது அதை மக்கள் மதிக்கிறார்கள். ஏனென்றால் அப்படிப்பட்ட தவசிதான் சமயத் தன்மை உள்ளவன்; என்னும் கருத்தை அவர்கள் வைத்திருக்கிறார்கள். இது சுத்தமான அபத்தம். கடவுள் ஒரு தவசியே அல்ல. அப்படி இருந்தால் பூக்கள் இருக்காது: பசுமைநிறைந்த மரங்கள் இருக்காது; பாலைவனங்கள் மட்டுமே இருக்கும். கடவுள் ஒரு துறவி அல்ல. அப்படி இருந்தால் வாழ்வில் இதயத்தின் பாடல் இருக்காது. ஆடல் இருக்காது; எங்கும் ஒரே கல்லறை மயமாகவே இருக்கும். கடவுள் தன்னைத்தானே தண்டித்துக் கொள்வது கிடையாது. கடவுள் வாழ்வை ஆனந்திக்கிறார். நீங்கள் கற்பனை செய்து வைத்திருப்பதைக் காட்டிலும் அதிகமான – இன்ப நாட்டம் உள்ளவர்–தான் கடவுள். கடவுளை நினைக்கும்போது அவரை ஒரு இன்பியல் வாதியாகவே நினையுங்கள். அளவற்ற மகிழ்ச்சி, பரவசம் ஆனந்தம் என்பதை எப்பொழுதும் தேடியவாறு இருக்கிறார் கடவுள். இதை நன்றாக

நினைவில் கொள்ளுங்கள். "ஆனால் மனமோ மிகவும் சூழ்ச்சி வாய்ந்தது. இயக்கமற்ற முடக்கு வாதத்தை அதனால் தியானம் என நியாயப் படுத்தி பேசமுடியும். மந்த நிலையை அது எல்லை கடந்த நிலை என நியாயப் படுத்த முடியும். சவநிலையை அது தவநிலை என நியாயப்படுத்த முடியும். (எனவே) கவனமா யிருங்கள். சரியான திசையில் நீங்கள் பயணம் செல்கிறீர்கள் என்பதற்கு, நீங்கள் மென்மேலும் பூத்துக் குலுங்குவீர்கள் என்பதே அடையாளம் என்பதை எப்போதும் நினைவில் கொள்ளுங்கள்.

23. தியானம் என்பது விழிப்புணர்வு

எந்த ஒரு சூழ்நிலையையும், தியானிப்பதற்கான சந்தர்ப்பமாக உருவாக்கிக்கொள்ள வேண்டும் என்பதையும் ஞாபகத்தில் கொள்ளுங்கள். தியானம் என்பது என்ன? நீங்கள் என்ன செய்து கொண்டிருந்தாலும் அதைப் பற்றி விழிப்புணர்வு கொள்வதே தியானம். உங்களுக்கு எது நிகழ்ந்து கொண்டிருந்தாலும் அதைப்பற்றி விழிப்புணர்வு கொள்வதே தியானம்.

உங்களை ஒருவர் அவமதிக்கிறார்: அப்போது விழிப்புடன் இருங்கள். அந்த அவமதிப்பு உங்களை அடையும்போது உங்களுக்குள் என்ன

நேர்கிறது? அதைத் தியானியுங்கள். மொத்தப் பார்வைக் கோணத்தையும் நோக்கத்தையுமே இது மாற்றிவிடுகிறது. ஒருவர் உங்களை அவமதிக்கும் போது சாதாரணமாக நீங்கள் அடுத்தவர்மீது கவனம் குவிக்கிறீர்கள். "ஏன் அவன் என்னை அவமதிக்கிறான்? அவன் தன்னை யாரென்று நினைத்துக் கொண்டிருக்கிறான்? எப்படி அவனை நாம் பழிவாங்கலாம்?" அவர் உங்களை விட பலசாலி என்றால் நீங்கள் அடிபணிந்து விடுகிறீர்கள். உங்கள் வாலை குழைக்கத் தொடங்குகிறீர்கள். அவர் அவ்வளவு பலசாலி கிடையாது, பலவீனரே என்று நீங்கள் கண்டு கொண்டால் அவர்மேல் பாய்ந்து குதறிவிடு கிறீர்கள். ஆனால் இதில் எல்லாம் நீங்கள், உங்களை முழுமையாக மறந்தே விடுகிறீர்கள். அடுத்தவர்தான் உங்கள் கவனத்தில் இருக்கிறார். தியானிக்கக் கிடைத்த ஒரு நல்ல வாய்ப்பை நழுவவிடும் செயலே இது. ஒருவர் உங்களை அவமதிக்கும்போது அக்கணமே தியானியுங்கள். குருட்ஜீப் சொல்லி இருக்கிறார், "என் அப்பா இறந்தபோது எனக்கு 9 வயதுதான். அவர் தன் படுக்கையின் அருகே என்னை அழைத்தார். என் காதில் தீனக் குரலில் சொன்னார்: 'மகனே, இவ்வுலகப் பொருள்களை உனக்கு நான் அதிக மாக விட்டுச் செல்லவில்லை. ஆனால் நான் சொல்ல ஒரு விசயம் இருக்கிறது. அது, என் அப்பா அவருடைய மரணப்படுக்கையில்

தியானம் என்பது என்ன?

கிடக்கையில் எனக்குச் சொன்ன விசயம். அது எனக்கு மிகப்பெரிய அளவில் உதவி புரிந்து இருக்கிறது. அதுவே எனது பொக்கிசமாக இருந்திருக்கிறது. இன்னும் நீ பெரிய மனுசன் ஆகவில்லை. நான் கூறுவதை தற்போது உன்னால் புரிந்துகொள்ள முடியாமல் போகலாம். ஆனாலும் அதை பத்திரமாக நினைவில் கொண்டிரு. ஒருநாள் நீ வளர்ந்து விடுவாய். அப்போது நீ அதைப் புரிந்துகொள்ளலாம். இதுதான் அந்த சாவி. மாபெரும் பொக்கிசங் களின் கதவுகளை இது திறந்துவிடுகிறது."

அந்த சமயத்தில் குருட்ஜீப்பால் அவ்விசயத்தைப் புரிந்துகொள்ள முடியவில்லைதான். ஆனால் அதுதான் அவருடைய வாழ்க்கை முழுவதையும் மாற்றியது. இத்தனைக்கும், அவருடைய அப்பா சொன்னது ஒரு மிக எளிமையான விசயம்தான். அவர் சொன்னார், "மகனே, யாராவது உன்னை மனம் நோகும்படி செய்துவிட்டால், அதைக் குறித்து 24 மணி நேரத்துக்கு தியானம் செய்யப் போவதாகவும், அதன் பிறகு அவருக்கு பதில் அளிப்பதாகவும் சொல்லிவிடு." இது அப்போப் பட்ட மகத்தான திறவுகோல் என்பதை குருட்ஜீப்பால் நம்ப முடியவில்லை. 'தான் நினைவில் வைத்துக்கொள்ள வேண்டிய அளவுக்கு மதிப்பிற்குரிய ஒன்றாக' அதை அவரால் கருதவும் முடியவில்லை. இதற்காக ஒரு

9 வயதுக் குழந்தையை நம்மால் மன்னித்து விடவும் முடியும். ஆனால் மரணப் படுக்கையில் இருந்தவாறே தன் தந்தையார் சொன்னது இது என்பதாலும், அவர் தன் மகன்மேல் அளவுகடந்த பாசம் வைத்திருந்தார் என்பதாலும், இதைச் சொன்ன உடனேயே அவர் தன் கடைசிமூச்சை விட்டுவிட்டார் என்பதாலும் அது மகனிடம் அப்படியே பதிவாகிவிட்டது. அவரால் அதை மறக்க முடியவில்லை. தன் தந்தையை அவர் நினைத்தபோதெல்லாம் அந்த வாசகம் அவர் ஞாபகத்துக்கு வந்தது.

அவ்வாசகத்தைப்பற்றிய சரியான புரிதல் இல்லாமலேயே அதை நடைமுறைப்படுத்த தொடங்கினார் அவர். யாராவது அவரை அவமானப்படுத்தி விட்டால் அவர் கூறுவார், ''ஐயா, இதைப்பற்றி 24மணி நேரம் நான் தியானிக்க வேண்டும். அப்படித்தான் என் அப்பா எனக்கு சொன்னார். இப்போது அவர் உயிருடன் இல்லை. இறந்து போன பெரிய மனிதரின் பேச்சை என்னால் தட்டமுடியாது. என்னை அவர் தன் உயிரினும் மேலாக நேசித்தார். நானும் அவரிடம் அளவு கடந்த பாசம் வைத்திருந்தேன். எனவே இப்போது அவர் சொல்லுக்கு கீழ்ப்படியாமல் விட்டு விடுவதற்கு வழி இல்லை. உங்கள் அப்பா உயிரோடு இருக்கும்போது அவருக்கு நீங்கள் கீழ்ப்படியாமல் இருக்கலாம். ஆனால் அவர்

செத்துப்போன பிறகு எப்படி அவருக்கு நீங்கள் கீழ்ப்படியாதிருக்க முடியும்? எனவே தயவுசெய்து என்னை மன்னித்துக் கொள்ளுங்கள். 24 மணி நேரம் பொறுத்து திரும்பி வந்து உங்களுக்கு நான் பதில் அளிக்கிறேன்." மேலும் அவர் கூறுகிறார், "24 மணிநேரம் அதன்மீது தியானிப்பது என்பது என் ஜீவனைப்பற்றிய மாபெரும் உள்ளொளிகளை எனக்கு வழங்கி இருக்கிறது. சில நேரங்களில் அந்த அவமதிப்பு சரிதான் என நான் காண்பேன்.

அப்படித்தான் நான் இருக்கிறேன் என்பதையும் காண்பேன். அப்போது உடனே அந்த ஆளிடம் போய் 'ஐயா, நன்றி. நீங்கள் சொன்னது சரிதான். அது ஒரு அவமதிப்பு அல்ல. மெய்யான பேச்சு தான். நீங்கள் என்னை மடையன் என்றீர்கள். அது உண்மைதான் – நான் அப்படித்தான் இருக்கிறேன்' என்பேன்."

"அல்லது சில சமயங்களில், 24 மணிநேரம் தியானிக்கும்போது, அது ஒரு பச்சைப்பொய் என அறிய வருவேன். ஆனால் அதுவே பொய் என்னும் போது அதனால் நான் ஏன் மனம் புண்பட வேண்டும்? எனவே அது ஒரு பொய் என்று சொல்வதற்காகக்கூட அந்த ஆளிடம் போக மாட்டேன். பொய் என்றால், அது பொய்தானே. அதைக் குறித்து கவலைப்படுவானேன்?"

கவனிப்பதன்மூலமும் தியானிப்பதன்மூலமும் மெல்ல மெல்ல அவர், மற்றவர்களின் செயல்

களை விடவும் தன் எதிர்வினைகளின் மீதே அளவுகடந்த தியானம் என்பது விழிப்புணர்வு கொண்டவராக மாறினார்

24. தியானம் என்பது கேளிக்கை

லட்சக்கணக்கான மக்கள் தியானத்தை தவற விடுவதன் காரணம், தியானத்தை ஒரு தவறான உள்நோக்கத்தின் அடிப்படையிலேயே எடுத்துக் கொள்கிறார்கள். அதன்படி தியானமானது மிகுந்த பிரயத்தனத்திற்குரிய ஒன்றாக கவலைக்குரிய ஒன்றாக, (அதாவது) மதம் சார்ந்த ஒன்றாகவே தோன்றுகிறது; ஊக்கம் செத்துப் போனவர்களுக்கோ, செத்துக் கொண்டிருக்கிறவர்களுக்கோ, சோர்ந்து கைவிட்டவர்களுக்கோ, சோகம் நிரம்பியவர்களுக்கோ அல்லது எதையுமே கொண்டாடத் தெரியாத மும்முரமான மனப்போக்கு கொண்டவர்களுக்கு மட்டும் பொருத்தமான விஷயமாகத் தோன்று கிறது. கொண்டாட்டம், குதூகலம், கேளிக்கை, விளையாட்டுத் தன்மை இவை எல்லாம் இழந்தவர்களுக்கே இது உகந்ததாகத் தோன்று கிறது. (உண்மையில்) கொண்டாட்டம், குதூகலம், கேளிக்கை விளையாட்டுத் தன்மை இவையே தியானத்தின் குணங்கள். உண்மையான தியானி

தியானம் என்பது என்ன?

விளையாட்டுத் தன்மை நிரம்பியவராகவே இருக்கிறார். வாழ்க்கையே அவருக்கு ஒரு கேளிக்கை. வாழ்க்கையே அவருக்கு ஒரு லீலை விளையாட்டு. அதை அவர் அமோகமாக ஆனந்திக்கிறார். அவர் தீவிரமானவராக இல்லை; அவர் ஓய்வாக இளைப்பாறுதலாகவே இருக்கிறார்.

தியானத்தைப் பற்றிய மிகவும் அடிப்படையான விசயங்களில் ஒன்றை நீங்கள் புரிந்து கொண்டிருப்பீர்கள் – அதாவது எந்த உபாயமும் செய்முறையும் உங்களைத் தியானத்திற்கு இட்டுச் செல்வதில்லை.

25. தியானம் என்பது புரிந்து கொள்ளுதல்

பண்டைய செயல் முறைகளாக இருந்தாலும் சரி, புதிய விஞ்ஞான ரீதியிலான உயிரியல் பின்னூட்ட (Bio-feed back) உத்திகளானாலும் சரி, தியானத்தைப் பொறுத்தவரைக்கும் எல்லாமே ஒன்றுதான். எந்தவிதமான செயல்முறையின் உடன்விளைவு அல்ல தியானம். மனதுக்கு அப்பால்தான் தியானம் நிகழ்கிறது. ஆகவே எந்தவிதமான உத்தியும் மனதைத் தாண்டிவிட முடியாது.

ஆனால், அறிவியல் வட்டாரங்களில் ஒரு மாபெரும் அனர்த்தம் நிகழ்ந்துகொண்டுள்ளது. அதற்கும் ஒரு குறிப்பிட்ட அடித்தளம் இருக்கிறது. அனர்த்தம் அனைத்திலும் அடிப்படை இதுதான்: "ஒருவரின் ஜீவன் தியான நிலையில் இருக்கும் போது அது மனதில் குறிப்பிட்டவிதமான அலை இயக்கங்களைப் பிறப்பிக்கிறது. இந்த அலை இயக்கங்களை வெளியில் இருந்தே கருவிகளின் துணையுடன் உருவாக்க முடியும்" என்பதுதான் அது. ஆனால் அந்த புற அலைகளால் தியானத்தை உருவாக்க முடியாது. இதுதான் அந்த அனர்த்தம்.

தியானமே இந்த அலை இயக்கங்களை உருவாக்குகிறது; மனமானது அக உலகை பிரதிபலிக்க மட்டுமே செய்கிறது.

உள்ளுக்குள் என்ன நிகழ்ந்துகொண்டிருக்கிறது என்பதை உங்களால் பார்க்கவே முடியாது. ஆனால் மனதில் என்ன நிகழ்கிறது என்பதை உங்களால் பார்க்கமுடியும். தற்போது சக்தி வாய்ந்த சாதனங்கள் வந்துவிட்டன. ஒரு மனிதர் தூங்கும்போது என்ன விதமான அலைகள் பரவுகின்றன, ஒரு மனிதர் கனவு காணும்போது என்ன விதமான அலைகள் பரவுகின்றன, ஒரு மனிதர் தியானத்தில் இருக்கும்போது என்ன விதமான அலைகள் வியாபிக்கின்றன என்பதை இப்போது நம்மால் தீர்மானிக்க முடியும்.

தியானம் என்பது என்ன?

ஆனால் அதே அலைகளை உருவாக்குவதன் மூலம் அந்தச் சூழலை அப்படியே படைக்க முடியாது. ஏனென்றால் அந்த அலைகள் அறிகுறிகள், அடையாளங்கள், அவ்வளவுதான்.

அவற்றை நீங்கள் ஆராய்வது முற்றிலும் அருமை யான விசயம்தான். ஆனால் தியானத்துக்கு எந்தவிதமான குறுக்குவழியும் கிடையாது என்பதை ஞாபகத்தில் கொள்ளுங்கள். எந்த இயந்திர சாதனமும் எவ்வகையிலும் இதற்கு உதவாது. உண்மையில் தியானத்திற்கு, விஞ்ஞான சாதனமோ வேறு சாதனமோ – எந்தவிதமான சாதனமும் உத்தியும் தேவையில்லை; பயன் படுவதுமில்லை.

தியானம் என்பது ஒரு எளிதான புரிந்துகொள்ளல் மட்டுமே.

மௌனமாக உட்கார்ந்திருப்பதல்ல தியானம். ஒரு மந்திரத்தை ஓதிக்கொண்டிருப்பதல்ல தியானம். மனதின் நுண்ணிய வேலைத்தனங்களைப் புரிந்து கொள்வதே தியானம். மனதில் அந்த செயற் பாடுகளை நீங்கள் புரிந்துகொள்ளும்போது உங்களுக்குள் ஒரு மாபெரும் விழிப்புணர்வு பிறக்கிறது. அது மனதினுடையது அல்ல. அது உங்கள் ஜீவனில் இருந்து, உங்கள் ஆத்மாவில் இருந்து, உங்களின் பேரறிவிலிருந்தே பிறக் கின்றது.

மனம் ஒரு இயந்திரமயமான இயக்கம் மட்டுமே. ஆனால் விழிப்புணர்வானது உருவாகும்போது தன்னைச் சுற்றிலும் ஒரு குறிப்பிட்ட விதமான ஆற்றல் அமைப்பை உருவாக்கவே செய்கிறது. அந்த ஆற்றல் அமைப்பை மனம் குறித்துக் கொள்கிறது. மனம் என்பது, ஒரு மிகவும் நுண்ணிய இயந்திர இயக்கமாகும்.

வெளியில் இருந்து நீங்கள் ஆராயும்போது, அதிகபட்சம் உங்களால் மனதை மட்டுமே ஆராய முடியும். ஒருவர் அமைதியாக – சாந்தமாக – சமாதானமாக இருக்கும்போதெல்லாம் ஒரு குறிப்பிட்ட அலை அமைப்பானது மனதில் தவிர்க்கவும், தடுக்கவும் இயலாதபடி தோன்று வதை உணர்கிறீர்கள். உடனே அறிவியல் சிந்தனையானது கூறுகிறது: "மனதில் இதே வித அலை அமைப்பை, ஏதாவது உயிரியல் பின் னூட்ட தொழில்நுட்பம் மூலம் நாம் உருவாக்கி விடக் கூடுமானால், உள்ளே இருக்கும் ஜீவன் விழிப்புணர்வின் சிகரங்களை எட்டிவிடும்"

ஆனால் இது நடக்கப்போவதில்லை.

காரண–காரிய தொடர்புள்ள விசயம் அல்ல இது.

மனதில் காணும் இந்த அலைகளின் காரணமாக தியானம் உருவாவதில்லை. மாறாக தியானத்தின் விளைவாகவே இந்த அலை இயக்கங்கள் உருவா கின்றன. விளைவில் இருந்து காரணத்தை நோக்கி

நீங்கள் இயங்கமுடியாது. உயிரியல் பின்னூட்ட முறை மூலம் மனதில் சில (அலை) அமைப்பு களை உங்களால் தோற்றுவிக்க முடியும்; அவை மனிதரில் ஒரு சமாதான–அமைதியான–சாந்த உணர்வை ஏற்படுத்த முடியும் என்பதும் உண்மைதான். ஏனெனில் தியானம் என்றால் என்ன என்பது அந்த நபருக்கே தெரியா திருக்கையில், அதை ஒப்பிட்டுப் பார்க்க வழியே இல்லாதிருக்கையில், இதுதான் தியானம் என அவர் தவறாக நம்பிவிடக்கூடும். ஆனால் அது தியானம் அல்ல. ஏனெனில் உயிரியல்–பின்னூட்ட உத்தி நின்றுவிட்ட அக்கணமே அலைகளும் மறைந்துவிடுகின்றன. அதனால் அமைதி, சாந்தம் என்பவையும் மறைந்துவிடுகின்றன.

மேலும் அந்த விஞ்ஞான சாதனங்களைக் கொண்டு ஆண்டுக்கணக்கில் நீங்கள் பயிற்சி செய்துகொண்டே போகலாம். அது உங்களின் அடிப்படை குணத்தை மாற்றாது. அது உங்களின் செயல் ஒழுக்கத்தை மாற்றாது. அது உங்களின் தனித்தன்மையை மாற்றாது. நீங்கள் பழைய ஆளாகவே இருப்பீர்கள்.

தியானமோ பரிபூரண மாற்றம் செய்கிறது. பேரறிவின் உயரமான நிலைகளுக்கு அது உங்களை எடுத்துச் செல்கிறது. உங்களின் முழு வாழ்க்கைப் பாணியையே அது மாற்றுகிறது. உங்களின் எதிர்வினைகளை நம்பவே முடியாத

அளவுக்கு இயற்கையான உடன் நிகழும் வினை களாக(Response) அது மாற்றிவிடுகிறது; ஒரு குறிப்பிட்ட சூழலில் கோபத்துடன் எதிர்ச்செயல் புரிந்த அதே ஆள் தற்போது அதே சூழலில், ஆழ்ந்த கருணையுடனும் அன்புடனும் செயல் புரிகிறார்.

தியானம் என்பது ஆன்ம இருப்பின் சுயமான நிலை. அது புரிந்து கொள்வதன் மூலமாகவே வந்து அடைகிறது.

அதற்குத் தேவை நுண்ணறிவே; உத்திகள் அல்ல.

26. தியானம் என்பது பரம சந்தோஷம்

உங்களின் சொந்த ஆன்ம இருப்பில் லயித்து பரம சந்தோஷம் அடைவதே தியானம். உங்களின் சொந்த ஜீவ ஆதாரத்தில் மட்டற்ற மகிழ்ச்சி கொள்வதே தியானம். அது மிகவும் எளிய-முற்றிலும் தளர்ந்து இளைப்பாறு தலான-ஒரு உணர்வு நிலை. அதில் நீங்கள் செய்வதற்கு எதுவும் கிடையாது. செய்கை நுழையும் அக்கணத்திலே நீங்கள் இறுக்கமாகி விடுகிறீர்கள். உடனடியாக பதற்றமும் சேர்ந்து கொள்கிறது. எவ்வாறு செய்வது? என்ன செய்வது? வெற்றி பெறுவது எப்படி? தோற்காமல்

தியானம் என்பது என்ன?

இருப்பது எப்படி? அதற்குள் எதிர்காலத்துக்குள் போய்விட்டிருக்கிறீர்கள். தியானம் என்பதோ இயற்கையாக இருத்தல், எதையும் செய்யா திருத்தல்; எந்த செயலிலும் எந்த எண்ணத்திலும் எந்தவிதமான மனவெழுச்சியிலும் (emotion) ஈடுபடாதிருத்தல். நீங்கள் சும்மா இருக்கிறீர்கள்; அதனால் முற்றிலும் பரம சுகமாய் இருக்கிறீர்கள்.

நீங்கள் எதையும் செய்யாமல் இருக்கும்போது ஏற்படும் இந்த சுகம் - மட்டற்ற மகிழ்ச்சி எங்கிருந்து வருகிறது. அது எங்கிருந்தும் வருவ தில்லை அல்லது அது எல்லாத் திசைகளி லிருந்தும் வருகிறது. அது காரணமே இல்லாதது. ஏனெனில் இயற்கையே ஆனந்தம் என்னும் தன்மையால் ஆனதுதான். அதற்கு ஒரு காரண மும் தேவையில்லை. நீங்கள் மகிழ்ச்சியின்றி இருப்பதற்கு ஏதோ ஒரு காரணம் இருக்கின்றது. நீங்கள் மகிழ்ச்சியாய் இருப்பதற்கு எந்தவிதக் காரணமும் இல்லை. ஆனால் அதற்கும் ஒரு காரணத்தைக் கண்டுபிடிக்க உங்கள் மனம் முயலுகிறது. ஏனெனில் காரணமற்ற ஒன்றை அதனால் நம்ப முடிவதில்லை. ஏனெனில் காரண மற்ற ஒன்றை அதனால் கட்டுப்படுத்த முடியாது. காரணமற்ற ஒன்றின்முன் மனம் செயலற்றதாக ஆகிவிடுகிறது. ஆகவே ஏதாவது ஒரு காரணத்தை மனம் கண்டு பிடித்தவாறே இருக்கிறது. ஆனால் நான் உங்களுக்கு சொல்ல விரும்புகிறேன்;

எப்போதெல்லாம் நீங்கள் மகிழ்ச்சியாய் இருக்கிறீர்களோ, அப்போதெல்லாம் எந்தக் காரணமும் இல்லாமலேதான் நீங்கள் மகிழ்ச்சியாய் இருக்கிறீர்கள். எப்போதெல்லாம் நீங்கள் மகிழ்ச்சியாக இல்லையோ அப்போதெல்லாம் உங்கள் மகிழ்ச்சி இன்மைக்கு (கண்டிப்பாக) ஏதோ ஒரு காரணம் இருக்கும். ஏனென்றால் மகிழ்ச்சி என்னும் விஷயத்தால் ஆனவரே நீங்கள். அதுவே உங்களின் சாரம். அதுவே உங்களின் உள்ளார்ந்த மையம். ஆனந்தமே உங்களின் உள்ளார்ந்த இருப்பு நிலை.

மரங்களைப் பாருங்கள். பறவைகளைப் பாருங்கள். மேகங்களைப் பாருங்கள். நட்சத்திரங் களைப் பாருங்கள். உங்களுக்கு கண்கள் இருந்தால், பிரபஞ்சம் முழுவதும் ஆனந்தமயமாய் இருப்பதை உங்களால் கண்டுகொள்ள முடியும். எல்லாமே மகிழ்ச்சியின் அம்சமாகவே உள்ளன. எந்தக் காரணமும் இன்றியே மரங்கள் மகிழ்ச்சியாக உள்ளன. பிரதம மந்திரிகளாகவோ ஜனாதிபதிகளாகவோ அவை ஆகப்போவ தில்லை. அவை பணக்காரர் ஆகப்போவ தில்லை; வங்கியில் பெரும்தொகை முதலீடு செய்யப்போவதில்லை. பூக்ளைப் பாருங்கள்– அவற்றின் மகிழ்ச்சிக்கு காரணம் எதுவுமே இல்லை. பூக்க்ள் இவ்வளவு பரம சந்தோசமாக உள்ளன என்பது நம்ப முடியாததாகவே உள்ளது.

முழுப் பிரபஞ்சமும் ஆனந்தம் என்னும் தன்மையால் ஆனதுதான்.

27. தியானம் என்பது தளர்வு கொள்ளும் தன்மை

தியானம் என்பது ஓய்வு. முழுமையான ஓய்வு. உடல்–மனம் – உணர்ச்சி சார்ந்த எல்லா நடவடிக்கைகளுக்கும் அது ஒரு முற்றுப்புள்ளி. உங்களுக்குள் எதுவுமே கலங்காத அளவுக்கு அப்போர்ப்பட்ட ஆழமான ஓய்வில் நீங்கள் இருக்கும்போது, செயல்பாடுகள் அனைத்தும் அற்றுப் போகும்போது, ஆழமான உறக்க நிலையிலும் கூட, நீங்கள் விழித்திருப்பது போன்ற நிலையில் இருக்கும்போது, நீங்கள் யார் என்பதை நீங்களே அறிந்துகொள்கிறீர்கள். திடீரென தானாகவே சன்னல் திறக்கிறது. முயற்சியினால் அதைத் திறக்கவே முடிவதில்லை.

ஏனென்றால் முயற்சி இறுக்கத்தையே உண்டு பண்ணுகிறது. (உடல்–மன) இறுக்கமே நம் ஒட்டு மொத்த அவலத்துக்கும் காரணமாக இருக்கின்றது. எனவே இது மிகவும் அடிப்படையாகப் புரிந்துக்கொள்ளப்பட வேண்டிய ஒன்று: அதாவது தியானம் என்பது முயற்சி அல்ல.

தியானத்தைக் குறித்து மிகவும் விளையாட்டுத தன்மையுடன் இருக்க வேண்டும். அதை ஒரு

வேடிக்கையாக எடுத்துக் கொண்டு ரசிக்கக் கற்றுக் கொள்ளவேண்டும். அதைக் குறித்து தீவிரத் தன்மை பாராட்டக்கூடாது – அப்படிச் செய்தால் தவறவிட்டு விடுகிறீர்கள். அதற்குள் மிக ஆனந்தமாக நாம் செல்ல வேண்டும். அத்துடன், மென்மேலும் ஆழமான ஓய்வுக்குள் இறங்குதலே அது. இடைவிடாத விழிப்புடன் இருக்க வேண்டும். மனதை ஒன்றுகுவிப்பதல்ல தியானம். அதற்கு நேர்மாறாக மனதின் தளர்வு கொள்ளும் தன்மையே. முழுமையாக நீங்கள் தளர்ந்து இளைப்பாறும்போது, வாழ்க்கையிலேயே முதல் தடவையாக உங்களின் நிஜமான தன்மையை உணரத் தொடங்குகிறீர்கள். உங்கள் சுயத்தை நேருக்குநேர் சந்திக்கிறீர்கள். செயல் பாட்டில் ஈடுபட்டிருக்கும்போது உங்களை உங்களாலேயே பார்க்க முடியாத அளவிற்கு அதற்குள்ளேயே மூழ்கிக் கிடக்கிறீர்கள். செயல் பாடானது உங்களைச் சுற்றிலும் நிறைய புகை மண்டலத்தை உருவாக்குகிறது. உங்களைச் சுற்றி நிறைய தூசு மண்டலத்தை கிளப்பிவிடுகிறது. எனவே எல்லா விதமான செயல்பாட்டையும் கைவிட வேண்டியுள்ளது– குறைந்தபட்சம் தினமும் சிலமணி நேரத்துக்காவது.

ஆரம்பத்தில் அது இப்படித்தான் இருக்கிறது. தளர்ந்து இளைப்பாறும் கலையை நீங்கள் கற்றுத் தேர்ந்ததும், நீங்கள் ஏக காலத்தில் செயலூக்க

மாகவும் ஓய்வான நிலையிலும் இருக்க முடியும். ஏனெனில் ஓய்வு என்பது மிகவும் உள்ளார்ந்த தன்மை என்பதையும், எந்த வெளிப்புற விவகாரத்தாலும் அதைக் கலைத்துவிடவே முடியாது என்பதையும் அப்போது நீங்கள் அறிந்து கொள்கிறீர்கள். வெளிவட்டத்தில் செயல்பாடு தொடர்ந்து நிகழ்கிறது; மையத்திலோ நீங்கள் இளைப்பாறுதலாகவே இருக்கிறீர்கள். எனவே தொடக்கத்தில் மட்டும்தான் சிலமணி நேரங்களுக்கு செயல்பாடுகளை கைவிட வேண்டி இருக்கிறது. இக்கலையில் ஒரு தடவை தேர்ந்து விட்டால் பின் பிரச்சனையே இருப்பதில்லை. ஒருநாளின் 24 மணி நேரமும் நீங்கள் தியான நிலையில் இருக்கலாம் - அதேவேளையில் அன்றாட வாழ்வின் அனைத்து வேலைகளையும் உங்களால் தொடரவும் முடியும்.

ஆனால் இதை மட்டும் நினைவில் கொள்ளுங்கள்: அடிப்படையான விஷயம் ஓய்வு- தளர்ந்து இளைப்பாறுதல் - என்பதே. ஓய்வுக்கும், இளைப்பாறுதலுக்கும் எதிராக எப்போதுமே போகாதீர்கள். அதற்கேற்றபடி உங்களின் வாழ்வை ஒழுங்குப்படுத்திக் கொள்ளுங்கள் அனாவசிய காரியம் அனைத்தையும் கைவிடுங்கள். ஏனெனில் 90% நடவடிக்கைகள் அனாவசியமானவையே. நேரத்தைக் கொல்வதற்காகவே - ஏதாவதொன்றில் ஈடுபட்டிருப்பதற்காகவே -

அவற்றைச் செய்து வருகிறீர்கள். அத்தியா வசியமானதை மட்டும் செய்யுங்கள். உங்கள் ஆற்றல்களை அளவுகடந்த அகப் பிரயாணத் துக்கே அர்ப்பணியுங்கள். அப்போது அதிசயம் நிகழ்கிறது; ஓய்விலும் செயல்பாட்டிலும் ஒன் றிணைந்து ஏக காலத்தில் உங்களால் இருக்க முடிகிறபோது அந்த அற்புதம் நிகழ்கிறது. அங்கே புனிதமும் சாதாரணமும் சந்திக்கின்றன. அவ் வுலகும் இவ்வுலகும் சந்திக்கின்றன. ஆன் மிகமும் உலகாயதமும் ஒன்றிவிடுகின்றன.

※ ※

சீறித்தவ, சமண, புத்த சாமியார்களிடம் நீங்கள் போனால், அவர்கள் மிகவும் மன சஞ்சலத்துடன் இருப்பதை நீங்கள் காணலாம். ஒருவேளை தம் மடங்களுக்குள் இருக்கும்போது அவர்கள் அவ்வளவு சஞ்சலத்தை உணராவிட்டாலும்; அவர்களை நீங்கள் வெளி உலகத்துக்கு கொண்டுவந்தால், அங்கே அவர்கள்

28. தியானம் என்பது இதம்

மிகமிக சஞ்சலப் படுகிறார்கள். ஏனெனில் ஒவ்வொரு அடியிலும் சபலத்துக்கு இடம் இருக்கிறது. தியானிப்பவர் தன்னில் சபலம் ஏதும் மிச்சமிராத நிலைக்கு வந்துவிடுகிறார். இதைப் புரிந்துகொள்ள முயலுங்கள். சபலம் ஒருபோதும்

வெளியில் இருந்து வருவதே இல்லை. அடக்கி வைக்கப்பட்ட ஆசை, அடக்கிவைக்கப்பட்ட ஆற்றல், அடக்கிவைக்கப்பட்ட கோபம், அடக்கி வைக்கப்பட்ட காமம், அடக்கிவைக்கப்பட்ட பேராசை – இவையே சபலத்தை உருவாக்கு கின்றன. உங்களுக்குள்ளே இருந்துதான் சபலம் வருகின்றது. உங்களுக்கு வெளியில் இருக்கும் விஷயத்திற்கும் அதற்கும் எந்த சம்பந்தமும் இல்லை. ஒரு சாத்தான் வந்து உங்களை சபலப்படுத்துவதில்லை. உங்களின் சொந்த அடக்கிவைக்கப்பட்ட மனமே சாத்தானாக இருக்கிறது. அதுவே உங்களைப் பழிவாங்க விரும்புகிறது. அந்த மனதை அடக்கி வைக்க ஒருவர், மிகவும் உணர்ச்சி செத்து உறைந்துபோய் இருக்க வேண்டி இருக்கிறது. உயிர் ஆற்றலானது உங்கள் உறுப்புகளுக்குள், உங்கள் உடம்புக்குள் புக அனுமதிக்க முடியாது. ஆற்றலானது இயங்க அனுமதிக்கப்பட்டால், அடக்கி வைக்கப்பட்டவை அனைத்தும் மேலே வரும். எனவேதான் மக்கள், சொரணை அற்றுப்போய் கிடப்பது எப்படி என்பதையும், அடுத்தவர்களைத் தீண்டினாலும் உணர்ச்சியற்று இருப்பது எப்படி என்பதையும், அடுத்தவர்களைப் பார்த்தாலும் கண்களில் ஜீவனே இல்லாமல் இருப்பது எப்படி என்பதை யும் கற்றுக்கொண்டிருக்கிறார்கள். ''ஹலோ, எப்படி இருக்கீங்க? என்பது போன்ற புழங்கி நைந்துபோன வார்த்தைகளுடன் மனிதர்கள்

வலம் வருகிறார்கள். யாரும் எதையும் அர்த்த புஷ்டியுடன் பேசுவதில்லை. இரண்டுபேர் தம்மில் உண்மையான உறவு கொள்வதைத் தவிர்ப்பதற்காகவே இப்படிப்பட்ட அர்த்தமில்லாத பேச்சுவார்த்தைகள் உள்ளன. மனிதர்கள் ஒருவர் மற்றவரின் கண்களுக்குள் பார்ப்பதில்லை; ஒருவர் மற்றவரின் கரங்களைப் பற்றிக் கொள்வதில்லை. ஒருவர் மற்றவரின் ஆற்றலை தம்மில் உணர முயற்சி செய்வதில்லை; தமக்குள் அடுத்தவர் நிரம்பி வழிய அனுமதிப்பதில்லை. ரொம்பத்தான் பயந்து சாகின்றார்கள். எப்படியோ சமாளித்துக் கொண்டே போகிறார்கள். உறைந்துபோய், உணர்ச்சி எல்லாம் செத்துப்போய் இறுக்கத்தில் விறைத்துக்கொண்டே இருந்து விடுகிறார்கள்.

தியானிக்கும்–மனிதன்–உச்சபட்ச முழுப்பயனுள்ள ஆற்றல் நிறைவுடன் இருப்பது எவ்வாறு என்பதை அறிந்திருக்கிறார். அவர் சிகரத்தில் வாழ்கிறார். சிகரத்தையே தன் இருப்பிடமாய்க் கொண்டிருக்கிறார். அவரிடம் ஒரு வெதுவெதுப்பு (Warmth) நிச்சயமாய் இருக்கிறது. ஆனால் அது வெம்மையாக இராது. உயிரோட்டத்தின் இதமே அது. அவர் கொதிப்பானவர் அல்லர்; இதமானவர். ஏனெனில் ஆசைகளால் அவர் அலைக் கழிக்கப்படுவதில்லை. அவர் மகிழ்ச்சியாகவே இருக்கின்றார். எனவே மென்மேலும் மகிழ்ச்சியை அவர் தேடுவதில்லை. அவர் வெகு இயல்பாக

இருக்கிறார். தன் சொந்த வீட்டில் இருப்பது போலவே இருக்கிறார். எங்கும் அவர் போவதே இல்லை. எங்கும் ஓடியபடியோ எதையும் தேடிய படியோ இருப்பதில்லை ... அவர் மிகவும் இத மாகவும் பதமாகவும் இருக்கிறார்.

29. தியானம் என்பது ஒருமை நிலை

காமம் மிகவும் கவர்ச்சியாக இருப்பதற்குக் காரணம் அதில் நீங்கள் ஒரு கணமாவது ஒருமை நிலையை அடைகிறீர்கள். ஆனால், அக்கணத் தில் நீங்கள் தன்னுணர்வற்று இருக்கிறீர்கள். நீங்கள் பிரக்ஞையற்ற தன்மையையே நாடு கிறீர்கள். காரணம், ஒருகணமாவது உணரத் துடிக்கிறீர் கள். ஆனால் அதை எந்த அளவுக்குத் தேடுகிறீர்களோ அந்த அளவுக்கு நீங்கள் தன்னுணர்வு கொண்டவராக ஆகிறீர்கள். அதன்பின் உங்களால் காமத்தில் பேரின்பத்தை உணரமுடிவதில்லை. ஏனெனில் அந்த (காம) இன்பம் பிரக்ஞையின்மையில் இருந்து வருகிறது.

உணர்ச்சிப் பெருக்கின் கணத்தில் நீங்கள் தன் உணர்வற்றவர் ஆக ஆகிவிடுகிறீர்கள். உங்கள் பிரக்ஞை தவறிவிடுகிறது. ஒரு கணம் நீங்கள் பள்ளத் தாக்கில் – உணர்வின்றி கிடக்கிறீர்கள்.

ஆனால் எந்த அளவுக்கு அதிகமாய் அதில் தேடுவீர்களோ, அந்த அளவுக்கும் அதிகமாய் அதை நீங்கள் இழந்துவிடுகிறீர்கள். கடைசியாக ஒரு கட்டம் வருகிறது. அப்போது நீங்கள் காமத்தில் ஈடுபடும்போது தன் உணர்வின்மை யால் ஏற்படும் மகிழ்ச்சிக் கணமும் அதன்பின் நிகழுவதில்லை. பள்ளத்தாக்கும் இழக்கப் படுகிறது; பரவசமும் இழக்கப்படுகிறது. அதற்குப் பின் அந்தக் காரியம் மடத்தனமாக மாறிவிடு கிறது. வெறும் இயந்திரத்தனமான வெளியேற்ற மாகவே இருக்கிறது; ஆன்மிகமானது அதில் இல்லாமலே போய்விடுகிறது.

தன்னுணர்வற்ற ஒன்றுதலை மட்டுமே நாம் அறிந்திருக்கிறோம். தன்னுணர்வுள்ள ஒருமை நிலையை ஒருபோதும் நாம் அறிந்ததில்லை. தியானம் என்பது முழு உணர்வுள்ள ஒருமை நிலை. காமச்செயலின் (Sexuality) எதிர்துருவம் அது. காமம் ஒரு துருவம். அது தன்னுணர்வற்ற ஒருமை. தியானம் மறு துருவம். அது பூரண உணர்வுள்ள ஒன்றுதல். காமம் என்பது கீழ்மட்ட ஒருமை. தியானமோ சிகரம், உயர்மட்ட ஒருமை நிலையின் சிகரம். இவற்றுக்கிடையிலான வேறு பாடு உணர்வு நிலைகளின் வேறுபாடேயாகும்.

தற்போது மேலை நாட்டு மனம் தியானத்தைப் பற்றிச் சிந்திக்கிறது. ஏனெனில் காமத்தின் கவர்ச்சி போய்விட்டது. ஒரு சமூகம் பாலு

ணர்வை ஒடுக்கி வைக்காததாக இருக்கும்போது அதைத் தியானம் பின்தொடர்கிறது. ஏனெனில் தங்கு தடையற்ற காமமானது, காமத்தின் வசீகரத்தையும் காவியத் தன்மையையும் கொன்று விடும். காமத்தின் ஆன்மிக பாகத்தையே அது அழித்துவிடும். அளவற்ற காமம் இருக்கும். ஆனால் தொடர்ந்து அதில் நீங்கள் பிரக்ஞை யின்றியும் இருக்கமுடியாது. காமத்தை ஒடுக்கும் சமூகத்தில் காம இச்சை-மிகுந்ததாகவே இருக்க முடியும். அது சமயம் காமத்தை ஒடுக்காத-தடுக்காத சமூகமானது, என்றென்றைக்கும் காம இச்சை உள்ளதாகவே நீடிக்கவும் முடியாது. அதனைக் கடந்தாக வேண்டிவரும். எனவே ஒரு சமூகம் காமத் தன்மை உடையதாக இருந்தால், தியானத்தன்மை அதைத் தொடரும். காமத் திலிருந்து விடுபட்ட சமூகமே என்னைப் பொறுத்தவரை (ஆன்மிக) தேடலை நோக்கிய முதல் அடிவைப்பாகும்.

நான் காமத்துக்கு எதிரானவன் அல்ல. காமத்தை கைவிடுங்கள் என்றும் நான் சொல்ல வில்லை. அதைப் புரிந்து கொள்ளுங் கள். அதன் மீது தியானியுங்கள்

| 30. | தியானம் என்பது புதுப்பிக்கும் தன்மை |

என்றே சொல்கிறேன். பிரக்ஞையற்ற முறை யிலேயே காதல் செய்துகொண்டு போகாதீர்கள். உங்கள் காதலானது மாபெரும் தியான அனுபவ மாக மாறமுடியும். கொஞ்சம் கூடுதலான தன்னுணர்வு-கவனம்-விழிப்புக் கொள்ளுங்கள். உள்ளபடியே என்ன நிகழ்கிறது என்பதைப் பாருங்கள். இந்தப் பரவச நிலை காமத்தின் மூலமாக வருகிறதா அல்லது காமம் இல்லாமலே வடிந்துபோய்விட்ட, காம இச்சை மறைந்துபோன அந்த ஒரு சில கணங்களினாலா? உட லுறவுக்குப் பின் சிலமணி நேரங்களுக்கு நீங்கள் காமத்தை நினைத்துப் பார்ப்பதில்லை. எனவே தான் அந்த அமைதி, அந்த சலனமற்ற நிலை, அந்த மனநிம்மதி, பின் மீண்டும் ஆசை வரும். மறுபடியும் ஆசை தொந்தரவு செய்யவும்; மறு படியும் கிளர்ச்சி ஏற்படும். மன ஏரியில் மறுபடியும் சலனங்கள், அலைகள் வந்துகொண்டே இருக்கும்.

ஒருவர் தன் காமத்தன்மையைக் குறித்து தியானிக்கும்போது வாழ்வின் மாபெரும் ரகசியங் களை அவர் புரிந்துகொள்ளத் தொடங்குகிறார். அதில் அவை மறைந்திருக்கின்றன. காமமே அதன் திறவுகோல், குழந்தைகளை உருவாக்கு வதற்கு மட்டுமல்ல, உங்களை நீங்களே மீண்டும் புதுப்பித்துக்கொள்வதற்கும் அதுவே திறவு கோலாக இருக்கின்றது. அது இனவிருத்திக்கான

காரியம் மட்டுமல்ல. உண்மையில் அது சுயத்தை மலர வைப்பதாகவே இருக்கிறது.

ஆங்கில வார்த்தையான 'recreation' அதன் அசலான அர்த்தத்தை இழந்துவிட்டிருக்கிறது. இப்போது அது ஓய்வுநாள், பொழுதுபோக்கு, கும்மாளம், உல்லாசம் என்றுதான் பொருள் படுத்தப்பட்டிருக்கிறது. ஆனால் உண்மையில் எப்போதெல்லாம் நீங்கள் விளையாட்டுத் தன்மையில் இருக்கிறீர்களோ, விடுமுறைநாள், மனோபாவத்தில் இருக்கிறீர்களோ, அப்போதெல்லாம் உங்களுக்குள் ஒன்று உருவாகிறது. உண்மையில் அது வெறும் வேடிக்கை விளையாட்டு அல்ல; அது ஒரு மறு-மலர்ச்சி (re-creation) எந்த ஒன்று - வேலையிலும் தினசரி வாழ்க்கையிலும்(அடிபட்டு) செத்துப் போகின்றதோ அதுவே மீண்டும் பிறக்கிறது. அதிலும் காமமே மக்களின் வாழ்வில் மிகவும் அதிகமான கேளிக்கைச் செயலாக இருக்கிறது. அதுவே அவர்களின் பொழுதுபோக்காகவும் இருக்கிறது. ஆனால் ஒரு உன்னத நிலையில், உண்மையில் அது மீண்டும் மலர்ச்சி பெறச் செய்யும் செயலாகவே உள்ளது; வெறும் வேடிக்கை விளையாட்டாக மட்டும் இல்லை. தனக்குள்ளே அது மா-பெரும் ரகசியங்களை பதுக்கி வைத்துள்ளது. அதில் முதல் ரகசியம், காமம் வடிந்துவிடும் போதே இன்பம் வருகிறது என்பதாகும். தியானம்

செய்தால் இதை நீங்கள் நிச்சயம் கண்டு கொள்வீர்கள். அவ்வாறே, அந்த ஆனந்த கணத்தின் நிறைவில் நீங்கள் இருக்கும் போதெல்லாம், காலமும் மறைந்துவிடுகிறது; தியானித்தால் மனமும் மறைந்துவிடுகிறது. இவை தியானத்தின் தன்மைகள் ஆகும்.

என் சொந்த அவதானம் என்னவென்றால், உலகின் முதன்முதல் தியான அனுபவம் காமத்தின் மூலமே வந்திருக்க வேண்டும் என்பதாகும். காமத்தின் மூலமாகவே தியானமானது வாழ்க்கையில் நுழைந்திருக்க வேண்டும். இதைத் தவிர வேறுவழியில்லை. ஏனெனில், அதை நீங்கள் புரிந்துகொண்டால், அதில் நீங்கள் ஆழ்ந்து சென்றால், அதை மட்டும் நீங்கள் ஒரு போதைப் பொருளாகப் பயன்படுத்தாவிட்டால்-காமமே மிகவும் தியானத் தன்மையுள்ள நிகழ்வாக ஆகிவிடும். பின் மெதுமெதுவாக, அளவற்ற புரிதல் வளரவளர ஏக்கம் மறைய மறைய, ஒரு நாள் காமம் உங்களை மென்மேலும் துரத்தாமல் - துன்புறுத்தாமல் அதுவாகவே போய்விடும். அப்போது மாபெரும் விடுதலை உணர்வு வருகிறது. அதன்பின் நாம் அமைதியாக மோன நிலையில் முற்றிலும் தானாகவே இருக்கின்றோம். அடுத்தவர் தேவை என்னும் நிலை மறைந்து விடுகிறது. அப்போது விரும்பினாலும் ஒருவர் காதலில் ஈடுபட முடியும். ஆனால் அதற்கான

தியானம் என்பது என்ன?

தேவை எழுவதேயில்லை. அப்போது அது பகிர்ந்துகொள்ளும் தன்மையிலேயே இருக்கும்.

31. தியானம் என்பது ஓய்வு

''அகங்காரத்தை விட்டுவிடுங்கள், மனத்தை விட்டுவிடுங்கள்' என்று நான் சொல்லும்போது, இனிமேல் நீங்கள் மனத்தை பயன்படுத்தவே முடியாது எனக் கூறவில்லை. உண்மையில், மனதினிடம் நீங்கள் பற்றிக் கொண்டிரா விட்டால் அதை இன்னும் சிறந்த முறையில், அதிகம் பயனுள்ள முறையில் உங்களால் பயன்படுத்த முடியும். ஏனெனில், தொற்றிக்கொண்டு இருந்ததில் விரயமாகும் ஆற்றல் இப்போது பயன்படக் கூடியதாக உள்ளது. தொடர்ச்சியாக–ஒரு நாளின் 24 மணி நேரமும் – நீங்கள் மனதின் கட்டுப்பாட்டில் இயங்காதிருந்தால் மனதுக்கும் ஓய்வெடுக்க சிறிது நேரம் கிடைக்கிறது.

உங்களுக்கு தெரியுமா ? உலோகங்களுக்கும்கூட ஓய்வு தேவைப்படுகிறது. உலோகங்கள்கூட களைத்துப் போகின்றன. அப்படி இருக்கும்போது மனமென்னும் இந்த நுட்பமான இயந்திரத்தைப் பற்றி என்ன சொல்ல ? உலகத்திலேயே மிகவும் நுணுக்கமான இயந்திரம் மனம்தான். இவ்வளவு

சிறிய மண்டை ஓட்டில் எவ்வளவு சிக்கலான உயிர்க் கணினியை நீங்கள் பெற்றிருக்கிறீர்கள். அதுவும் மனிதர்கள் கண்டுபிடித்துள்ள எந்த கணினியும் இன்னும் இந்த மனதுடன் போட்டி யிடத் தகுந்ததாக ஆகவில்லை. ஒரு மனிதரின் மூளையில், உலகின் அனைத்து நூலகங்களிலும் உள்ள செய்திகள் முழுமையும் அடங்க முடியும்; அதற்குப் பிறகும் நிறைய காலி இடம் மீதம் இருக்கும் என அறிவியலார் கூறுகிறார்கள். அப்பேர்ப்பட்டதொரு மூளையை நீங்கள் தொடர்ச்சியாகப் போட்டுக் கசக்கிக் கொண் டிருக்கிறீர்கள் – எவ்வித நன்மையோ, தேவையோ இல்லாமல்! அதன் செயல்பாட்டை எப்படி நிறுத்துவது என்பதையும் மறந்துவிட்டீர்கள். இந்நிலையில் 70–80 ஆண்டுகளாக அது தொடர்ந்து இயக்கிவிடப்பட்ட நிலையிலேயே இருக்கின்றது. ஓயாமல் வேலை செய்து களைத் துப்போய் இருக்கிறது. எனவேதான் மக்கள் நுண்ணறிவு என்பதையே இழந்து காணப் படுகிறார்கள். இதற்கான எளிய காரணம், அந்த அளவுக்கு அவர்கள் (மூளைக்கு ஓயாத வேலை தந்து) களைத்து விட்டிருக்கிறார்கள் என்பதுதான். மனதுக்கு கொஞ்சமாவது ஓய்வுதர உங்களால் முடியுமானால்; ஒவ்வொரு நாளும் சிலமணி நேரமாவது, மனமானது ஏகாந்தமாக இருக்க நீங்கள் அனுமதிக்க முடியுமானால்; அவ்வப்போது மனதுக்கு ஒருநாள் விடுமுறை வழங்க உங்களால்

தியானம் என்பது என்ன?

முடியுமானால்; அந்த மனம் புத்துணர்ச்சி பெறும்; அதிக புத்தி- அதிக சக்தி-அதிக திறமையுடன் உங்களிடமே திரும்பிவரும்.

ஆக, உங்கள் மனதை நீங்கள் உபயோகிக்கக் கூடாது என்று நான் சொல்லவில்லை; உங்களை உங்கள் மனம் அடிமைப்படுத்த விட்டுவிடாதீர் கள் என்றுதான் சொல்கிறேன். தற்சமயம் உங்கள் மனம் ஆளுபவராக இருக்கின்றது. நீங்களோ அதற்கு அடிமையாகவே இருக்கிறீர்கள்.

தியானம் உங்களை (மீண்டும்) எஜமான் ஆக்கு கிறது. உங்களின் மனமானது உங்களுடைய அடிமை-ஊழியன்-ஆகிறது. மனம் எஜமானாக இருப்பது ஆபத்தானது என்பதை நன்றாக நினைவில் கொள்ளுங்கள். ஏனெனில் என்னதான் இருந்தாலும் அது ஒரு யந்திரம்தான்-வேலைக் காரன்தான். ஆனால் சரணடைந்த நிலையில் மனம், மகத்தான முக்கியத்துவம் பெற்றதாக, பயனுள்ளதாக ஆகிவிடுகிறது. யந்திரம் யந்திர மாகவே இருக்க வேண்டும். ஆசான் ஆகக் கூடாது. நமது விருப்பத் தேர்வுகள் எல்லாமே தலைகீழாக உள்ளன. (உண்மையில்) உங்கள் விழிப்பு நிலையே ஆசானாக இருக்கவேண்டும்.

எனவே கிழக்கிலோ மேற்கிலோ மனதைப் பயன் படுத்த விரும்பும் போதெல்லாம் நீங்கள் பயன் படுத்துங்கள். சந்தையிலே அதைப் பயன்படுத்தக் கூடிய தேவை எழும்! ஆனால், அது உங்களுக்குத்

தேவைப்படாத போது, அதாவது உங்கள் வீட்டின் நீச்சல் குளத்தின் அண்டையிலோ, உங்கள் தோட்டத்திலோ நீங்கள் ஓய்வெடுத்துக் கொண்டு இருக்கும்போது, அதைப் பயன்படுத்தாதீர்கள். அதைக் கழற்றி அந்தப் பக்கம் வைத்துவிடுங்கள். அதையெல்லாம் மறந்துவிடுங்கள். *(வெறுமனே சும்மா இருங்கள்)*

32. தியானம் என்பது தேர்ச்சி கொள்ளும் தன்மை

மொழி இல்லாமல் சமுதாயம் இயங்கவே முடியாது. அதற்கு மொழி தேவை. ஆனால் ஆன்ம இருப்பு நிலைக்கு அது அவசியம் இல்லை. மொழி இல்லாமலேயே நீங்கள் இருக்க வேண்டும் என்று நான் சொல்லவில்லை. மொழியை நீங்கள் பயன்படுத்தியே தீர வேண்டி இருக்கிறது. ஆனால் வார்த்தையாடும் செயல்பாட்டை, நீங்களே (தன்னுணர்வோடு) தொடங்கவும் நிறுத்தவும் சாதிக்க வேண்டும். சமூக ஜீவி என்னும் உறவில் இயங்கும்வரை மொழி என்னும் செயல்பாடு தேவைப்படவே செய்கிறது. ஆனால் இயற்கையுடன் நீங்கள் ஏகாந்தமாக இருக்கும்போது அதன் செயல் பாட்டை உங்களால் நிறுத்திவிட ஏதுவாக வேண்டும். அதை உங்களால் நிறுத்த முடியா

விட்டால், அது மேலும்மேலும் தானே தொடர்ந்து செயல்பட்டால், அதை நிறுத்தும் திறன் உங்களுக்கு இல்லாவிட்டால், நீங்கள், அதற்கு அடிமையாகிவிட்டீர்கள் என்று பொருள். மனம் ஒரு கருவியாக (மட்டுமே) இருக்கவேண்டும். கர்த்தா ஆகக் கூடாது.

மனம் ஆசானாக இருக்கையில், தியானமற்ற நிலைதான் நிலவுகிறது. நீங்களே ஆட்சி செய்பவராக இருக்கையில் உங்கள் பிரக்ஞையே ஆசானாக இருக்கிறது. தியான நிலை நிலவுகிறது. எனவே தியானம் என்றால் மனம் என்னும் யந்திரத்துக்கு நீங்களே எஜமானாக ஆவதாகும்.

உங்கள் மனத்தின் நடைமுறைகளைப் பற்றி – உங்கள் மனம் எவ்வாறு வேலை செய்கிறது என்பதைப் பற்றி – விழிப்பாயிருங்கள். உங்கள் மனதின் செயல்பாட்டைப் பற்றி நீங்கள் விழிப்புடன் இருக்கும் கணத்தில் நீங்கள் (உங்களின்) மனமாக இருப்பதில்லை. விழிப்புணர்வுடன் இருக்கிறீர்கள் என்றால் மனத்தைக் கடந்து விட்டிருக்கிறீர்கள். ஏகாந்தமாக, சாட்சி மாத்திரமாக இருக்கிறீர்கள் – என்றே பொருள். எந்த அளவுக்கு

33. தியானம் என்பது இடைவெளியில்

தி–7

அதிகம் விழிப்புள்ளவர்கள் ஆகிறீர்களோ அந்த அளவுக்கு, அனுபவங்களுக்கு இடையில் - வார்த்தைகளுக்கு இடையில் அதிக இடைவெளி களையே உங்களால் காண இயலும். இடை வெளிகள் எப்போதும் உள்ளன. ஆனால் தன்னுணர்வற்ற நிலையிலேயே அதிகமும் நீங்கள் இருப்பதனால் அந்த இடைவெளிகளை ஒரு போதும் நீங்கள் காண்கிறதில்லை.

இரண்டு வார்த்தைகளுக்கு இடையில் எப் போதும் ஒரு இடைவெளி – அது எவ்வளவுதான் கண்ணுக்கு தெரியாததாக, சிறியதாக இருந் தாலும் – இருக்கிறது. அப்படி இல்லாவிட்டால் 2 வார்த்தைகள் 2 வார்த்தைகளாகவே இருக்க முடியாது. அவை ஒரே வார்த்தையாகி இருக்கும். இரண்டு இசை ஸ்வரங்க்ளுக்கு இடையில் எப்போதும் ஒரு இடைவெளி இருக்கிறது. ஒரு அமைதி இருக்கிறது. இரண்டு வார்த்தைகளோ இரண்டு ஸ்வரங்களோ அவற்றுக்கு இடையில் ஒரு இடைவெளி இல்லாவிட்டால் இரண்டாக இருக்க முடியாது. ஒரு அமைதி (அவற்றுள்) எப்போதும் இருக்கிறது. ஆனால் நாம் உண்மை யான விழிப்போடு – உண்மையான கவனத்தோடு – இருந்தால் மட்டுமே அதை உணர முடியும்.

அதிகம் விழிப்புள்ளவர்களாக நீங்கள் ஆக ஆக மனம் மெதுவாகிச் செல்கிறது. இது எப்போதும் ஒப்பீட்டளவிலானதே. விழிப்புணர்வு குறைந்தவர்

களாக நீங்கள் இருக்கையில் மனம் அதிவேக மாக இயங்குகிறது. விழிப்புணர்வில் நீங்கள் வளர வளர மனதின் நிகழ்முறை மெதுவாகிச் செல்கிறது. மனதைக் குறித்து நீங்கள் மிகுந்த விழிப்புடன் இருக்கையில் மனம் மிகவும் மெதுவாகிறது. எண்ணங்களுக்கு இடையிலான வெளிகள் அகலமாகின்றன. அப்போதுதான் அந்த இடைவெளிகளை நீங்கள் காண முடிகிறது.

இது ஒரு (திரைப்)படச் சுருளைப் போலத்தான். படக் கருவி மெதுவேகத்தில் ஓடும்போதுதான் நீங்கள் இடைவெளிகளை காண்கிறீர்கள். நான் என் கையை உயர்த்தினால் இது ஆயிரம் பகுதிகளாக படம்பிடிக்கப்பட்டிருக்கிறது. ஓவ்வொரு பகுதியும் ஒரு தனி புகைப்படமாக இருக்கும். இந்த ஆயிரம் தனித்தனி புகைப் படங்களும் உங்கள் கண்கள் முன் வேகமாக ஓடும்போது, அவற்றுக்கு இடையிலுள்ள இடைவெளிகளை உங்களால் பார்க்க முடியாதபோது, கை உயர்வதை ஒரே நிகழ்ச்சியாக நீங்கள் காண்கிறீர்கள். ஆனால் மெதுவேகத்தில் மட்டுமே இடைவெளிகளை காணமுடியும்.

மனமும் படச்சுருளைப் போன்றதுதான். இடைவெளிகள் உள்ளன. உங்கள் மனதிடம் அதிக கவனமாக நீங்கள் இருந்தால் அதிகமான இடைவெளிகளைக் காண்பீர்கள். இது ஒரு பார்வைக் கோண சித்திரம் (gestalt picture)

போன்றதே; ஓரே தளத்தில் 2 தனித்தனி உருவங்கள் ஒன்றாக அடங்கிய ஓரே படம்தான் உள்ளது. ஒரே நேரத்தில் நம் கண்ணோட்டத்தைப் பொருத்து ஒரு உருவத்தை மட்டும் தான் பார்க்க முடிகிறது. அல்லது மற்ற உருவத்தை மட்டுமே பார்க்க முடிகிறது. ஆனால் ஓரே நேரத்தில் இரண்டு உருவங்களையும் ஒருங்கே உங்களால் பார்க்க முடிவதில்லை. அது ஒரு கிழவியின் படமாகவும் அதேபோது ஒரு குமரியின் படமாகவும் இருக்கமுடியும். ஆனால் ஒன்றில் உங்கள் கவனத்தை நிலைப்படுத்தினால் மற்றதை நீங்கள் காணமாட்டீர்கள். மற்றதில் உங்கள் கவனத்தை நிலைப்படுத்தினால் முதலாவது உருவத்தைக் காண முடியாமல் போகிறது. இரண்டு உருவங்களையுமே ஒன்றாகவே நீங்கள் பார்த்துக் கொண்டிருக்கிறீர்கள் என்பதை நீங்கள் நன்றாகவே அறிந்திருந்தாலும், இரண்டையும் ஏக காலத்தில் உங்களால் பார்க்க முடிவதில்லை.

இதே காரியம்தான் மனதிலும் நிகழ்கிறது. வார்த்தைகளை நீங்கள் பார்த்தால் இடை வெளிகளை உங்களால் பார்க்க முடிவதில்லை. இடைவெளிகளை நீங்கள் பார்த்தாலோ வார்த்தைகளை உங்களால் பார்க்க முடிவதில்லை. ஒவ்வொரு வார்த்தையை அடுத்தும் ஒரு இடைவெளி இருக்கிறது. ஒவ்வொரு இடைவெளியை அடுத்தும் ஒரு வார்த்தை

தியானம் என்பது என்ன?

தொடர்கிறது. ஆனால் இரண்டையும் ஒரே காலத்தில் (கணத்தில்) உங்களால் பார்க்க முடியாது. இடைவெளிகள் உங்களின் கவனத்தை நிலைப்படுத்தினால் வார்த்தைகள் காணாமல் போகும். நீங்கள் தியானத்துக்குள் நழுவி விழுந்துவிடுகிறீர்கள்.

வார்த்தைகளின்மீது மட்டுமே கவனத்தை நிலைப்படுத்தும் மனம் தியானத்தன்மை அற்றது. இடைவெளிகளின் மீது மட்டுமே கவனத்தை நிலைப்படுத்தும் பிரக்ஞை தியானத் தன்மை கொண்டது. இடைவெளிகளின்மீது நீங்கள் விழிப் புடன் இருக்கையில் வார்த்தைகள் மறைந்து போகின்றன. கவனமாக நுணுகி நோக்கினாலும் கூட வார்த்தைகளை நீங்கள் காண்பதில்லை; இடைவெளிகளை மட்டுமே காண்பீர்கள்.

இரண்டு சொற்களுக்கு இடையிலான வேறு பாட்டை உங்களால் உணர முடியும். ஆனால் 2 இடைவெளிகளுக்கு இடையில் எந்தவிதமான வேறுபாட்டையும் உங்களால் உணர முடியாது. வார்த்தைகள் எப்போதும் பண்மையானவை. இடைவெளி எப்போதும் ஒருமையானது 'அதே இடைவெளிதான்' அவை கலந்து கரைந்து ஒன்றாகின்றன. அந்த இடைவெளியின் மீது கவனத்தை நிலைப்படுத்துவதே தியானம் ஆகும்.

மனம் ஒருமுகப்படுத்துகிறது. கடந்த காலத்தி லிருந்துதான் அது செயல்படுகிறது. தியானம் நிகழ்கணத்தில் நடக்கிறது, நிகழ்காலத்தின் மூலமாகவே நடக்கிறது. நிகழ்கணத்திற்கு தரப்படும் நேரடிப் பதிலே தியானம். அது ஒரு எதிர்வினை அல்ல. முடிவுகளில் இருந்து அது வினை ஆற்றுவதில்லை. இருக்கின்றதைக் காண்பதில் இருந்துதான் இயங்குகிறது.

34. தியானம் என்பது நிகழ்கணத்தில்

உங்கள் வாழ்க்கையை உற்றுக் கவனியுங் கள். முடிவுகளில் இருந்து வினையாற்றும்போது ஒரு பெரிய வேறுபாடு இருக்கிறது. நீங்கள் ஒரு மனிதரைப் பார்க்கிறீர்கள். அவரால் கவரப்படு கிறீர்கள். அவர் ஒரு அழகான மனிதர். பார்க்க நன்றாக இருக்கிறார். கள்ளங்கபடமற்றவராகத் தெரிகிறார். அவரது கண்கள் அழகாக உள்ளன. அவரது அலை இயக்கங்கள் (vibe) அருமையாக உள்ளது. ஆனால், அதன்பிறகு அந்த மனிதர் தன்னை அறிமுகப்படுத்திக் கொண்டு 'நான் ஒரு யூதன்' என்கிறார். நீங்களோ ஒரு கிறித்தவர். உடனே ஏதோ இடறுகிறது; இடைவெளி ஏற்படு கிறது. இப்போது அந்த மனிதர் கள்ளங் கபடமற்றவராகத் தெரிவதில்லை. அழகாக தெரிவதில்லை. யூதர்களைப் பற்றி உங்களுக் கென சில கருத்துகள் உள்ளன. அல்லது அவர்

ஒரு கிறித்தவர், நீங்கள் ஒரு யூதர் என்போம். கிறித்தவர்களைப் பற்றி உங்களுக்கு சில தனிப் பட்ட (முன் முடிவான) கருத்துகள் உள்ளன.

கடந்த காலத்தில் கிறித்தவம் யூதர்களுக்கு செய்தவைபற்றி, பிற கிறித்தவர்கள் யூதர்களுக்கு செய்தவை பற்றி, வரலாறு நெடுக யூதர்களை அவர்கள் கொடுமைப்படுத்தியதைப் பற்றி... திடீரென (எதிரே நிற்கும்) அவர் கிறித்தவராகக் காணப்படுகிறார். உடனடியாக ஏதோ மாறுபடு கிறது. முடிவுகளில் இருந்து, முன்னூகங்களில் இருந்து செயல்படுவதாகும் இது. இப்போது அந்த மனிதரை (மட்டும் தனித்து) நீங்கள் பார்ப்ப தில்லை. ஏனெனில், ஒரு யூதர் என்றால் இப்படித்தான் இருப்பார், என நீங்கள் நினைக் கின்ற விதமாக இந்த மனிதர் இல்லாமல் இருக்கலாம். ஏனெனில் ஒவ்வொரு யூதரும் வெவ்வேறு விதமான தனித்தனி மனிதர்தான். ஒவ்வொரு இந்துவும் வெவ்வேறு விதமான தனித்தனி மனிதர்கள். அவ்வாறே ஒவ்வொரு முகமதியரும், முன்னூகங்களின் மூலமாக நீங்கள் செயல்பட முடியாது. மனிதர்களைப் பாகுபாடு செய்து அதன்படியே இயங்கவும் முடியாது. மனிதர்களைத் தனித்தனி புறாக் கூண்டு களுக்குள் பிரித்து அடைக்கவும். உங்களால் முடியும். நூறு கம்யூனிஸ்டுகள் உங்களை ஏமாற்றி இருக்கலாம். ஆனால் (அந்நிலையிலும்) 101வது

கம்யூனிஸ்டைச் நீங்கள் சந்திக்கும்போது 'கம்யூனிஸ்டுகள் ஏமாற்றுக்காரர்கள்' என்று, உங்கள் மனதில் நீங்கள் உருப்போட்டு வைத் திருக்கும் வாய்ப்பாட்டை நம்பியபடியே சந்திக்காதீர்கள். இந்த மனிதர் வேறுவிதமான மனிதராக இருக்கலாம். ஏனென்றால் எந்த 2 நபரும் ஒரே மாதிரியாக இருப்பதில்லை. முடிவுகளின் மூலம் நீங்கள் செயல்படும் போதெல்லாம் அது மனதின் செயல்பாடாகவே இருக்கிறது. நிகழ்காலத்துக்குள் நீங்கள் நேரடி யாகப் பார்த்தால், யதார்த்தத்தை-உண்மையை- எந்த விதமான கருத்தும் குறுக்கிட்டுத் தடுக்க, நீங்கள் அனுமதிக்காவிட்டால், உண்மையை நேரடியாகக் கண்டுணர்ந்து அந்தப் பார்வையில் இருந்தே நீங்கள் இயங்கினால், அதுதான் தியானம்.

"*சிந்*திப்பதை நீங்கள் கைவிட வேண்டும்" என்று நான் சொல்லும்போது, அவசரத்தில் முடிவெடுக்கா தீர்கள். ஏனெனில் நான் இதற்கும்கூட மொழியை பயன்படுத்த வேண்டி இருக்கிறது. எனவேதான் ''சிந்திப்பதை விட்டுவிடுங்கள்'' என நான் சொல்லும் போது, சிந்திப்

35. தியானம் என்பது ஒரு நிகழ்வு

தியானம் என்பது என்ன?

பதையே நீங்கள் நிறுத்திவிட்டால் மறுபடியும் அதை நீங்கள் ஒரு செய்கை யாகக் குறைத்து தவறவிட்டுவிடுவீர்கள். 'சிந்திப்பதைக் கை விடுங்கள்' என்பதன் பொருள்: எதையுமே செய்யாதீர்கள். அமருங்கள். எண்ணங்கள் தாமாகவே படிமானம் ஆக விட்டுவிடுங்கள். மனம் தானாகவே விட்டுப்போக அனுமதியுங்கள். நீங்கள் ஒரு அமைதியான மூலையில் இருந்து சுவரை வெறுமனே பாருங்கள். எதையுமே செய்யாதீர்கள். தளர்ந்து இளைப்பாறுங்கள். இளக்கமாயிருங்கள், சிரமப்படாதீர்கள். எங்கேயும் (சிந்தனையால்) போகாதீர்கள். விழித்துக் கொண்டே ஆழ்ந்த உறக்கத்தில் இருப்பதுபோல் இருங்கள். நீங்கள் விழிப்பாயிருக்கிறீர்கள்; இளைப்பாறுகிறீர்கள். ஆனால் உடம்பு மட்டுமே தூக்கத்தில் வீழ்கிறது. உள்ளுக்குள் நீங்கள் உன்னிப்பான கவனத்துடன் இருக்கிறீர்கள். ஆனால் உடல் முழுதும் ஆழமான இளைப்பாறுதலுக்குள்ளேயே இயங்குகிறது.

எண்ணங்கள் தாமாகவே படிமானம் ஆகின்றன. நீங்கள் அவற்றின் மத்தியில் குதிக்கத் தேவையில்லை. அவற்றை நீங்கள் ஒழுங்குபடுத்த வேண்டிய தேவையில்லை. இது, ஒரு நீரோடையானது சேறு கலங்கி இருப்பதைப் போன்றது. நீங்கள் என்ன செய்கிறீர்கள்? அது தெளிவதற்கு உதவும் பொருட்டு அதற்குள் குதிப்பீர்களா?

அப்படிச் செய்தால் அதை இன்னும் அதிகம் சேறு கலங்கியதாகவே நீங்கள் ஆக்குகிறீர்கள்! நீங்கள் கரையில் பேசாமல் அமர்கிறீர்கள். காத்திருக் கிறீர்கள். செய்வதற்கு ஒன்றுமில்லை. ஏனெனில் நீங்கள் எதைச் செய்தாலும் அது நீரோடையை மேலும் அதிகமாக சேறாக்கவே செய்யும். ஒரு நீரோடையை ஒருவர் கடந்து செல்லும்பொழுது, மக்கிய இலைகளும் அடிவண்டல் மண்ணும் கலங்கி மேலே வந்துவிட்டால் சேறு எழும்பு கிறது. தேவை பொறுமை. கரையில் சும்மா உட் காருங்கள். அலட்சியமாக எந்தவித நோக்கமு மின்றி கவனித்திருங்கள். நீரோடை தொடர்ந்து பாய்ந்தோடும் போக்கில் மக்கிய இலைகள் அடித்துச் செல்லப்பட்டு விடும். சேறு அது வாகவே படியத் தொடங்கும். ஏனெனில் நிரந்தரமாக அது அந்தரத்தில் மிதக்க முடியாது. சற்று பொறுத்து திடீரென்று உங்களுக்கே தெரியவரும்: நீரோடை மீண்டும் தெள்ளத் தெளிவாக இருக்கிறது. உங்கள் மனதில் ஏதாவது ஒரு ஆசை கடந்துசெல்லும் போதெல்லாம் ஆறு, சேறு ஆகிறது. அப்போது சும்மா வெறுமனே அமருங்கள். எதையும் செய்ய முயலாதீர்கள். இந்த 'சும்மா இருப்பதை'த்தான் ஜப்பானில் 'ஸாஸென்' (zazen) என்கிறார்கள். சும்மா உட்கார்ந்திருப்பது: எதையும் செய்வதில்லை. ஒருநாள் (தானாகவே) தியானம் நிகழ்கிறது. நீங்கள் அதைக் கொண்டு

தியானம் என்பது என்ன?

வரவில்லை. அதுவாகவே உங்களிடம் வருகிறது. அப்படி அது வரும் போது, உடனடியாக அதை நீங்கள் அடையாளம் கண்டு கொள்கிறீர்கள்; அதாவது அது எப்போதுமே உங்களிடம் இருந்து வருவதுதான். நீங்கள்தான் அதை (இன்றுவரை) சரியான கோணத்தில் பார்க்கவில்லை. புதையல் உங்களிடமே இருந்துவருகிறது. ஆனால் நீங்கள் தான் உங்கள் கவனத்தை வேறு எதிலேயோ செலுத்தி இருந்தீர்கள்: எண்ணங்களில்-ஆசை களில்-1001 அற்ப காரியங்களில் ஈடுபட்டுக் கிடந்தீர்கள். ஒரேயொரு விசயத்தில் மட்டும் நீங்கள் கவனம் செலுத்தவில்லை... அதுவே உங்கள் சொந்த ஜீவனான உயிர்ப்பு நிலையில். மனதின் தொழில்பாட்டை அளவு கடந்து நீங்கள் புரிந்துகொள்ளும்போது, நீங்களே குறுக்கிடா திருக்கக்கூடிய சாத்தியம் அதிகம் உண்டாகிறது. மனம் வேலை செய்யும் விதத்தை நீங்கள் அதிகமாகப் புரிந்து உணர்ந்து கொள்ளும் போது, ஸாஸெனில் நீங்கள் அமர்ந்து இருக்கக் கூடிய சாத்தியம் அதிகமாகிறது. நீங்கள் சும்மா உட்கார்ந்திருக்கக்கூடிய - ஒன்றும் செய்யாமலே இருக்கக்கூடிய சாத்தியம் அதிகமாகிறது. தியானம் அதுவாகவே நிகழ்வதை அனுமதிக்க அப்போது உங்களுக்கு ஏதுவாகிறது. தியானம் தானாகவே நிகழ்கின்றது.

தியானத்துக்கு எதிரான மிகுந்த தடையை உங்களுக்குள் நீங்கள் உணர்ந்தால், உங்கள் முழு வாழ்வையுமே மாற்றக்கூடிய ஏதோ ஒன்று நிகழப்போகிறது, என உங்களின் அடி ஆழத்தில் உணர்ந்து, எச்சரிக்கை ஆகிறீர்கள் என்பதையே அது காட்டுகிறது: புதிதாய்ப் பிறக்க நீங்கள் மிகவும் பயப்படுகிறீர்கள்; உங்களின் பழைய பழக்க வழக்கங்க்ளில், பழைய ஆளுமையில், பழைய அடையாளத்தில் ரொம்பவே முதலீடு செய்திருக்கிறீர்கள் அதனால் அதை மட்டுமே எதிர்பார்க்கிறீர்கள்.

36. தியானம் என்பது பரிபூரண மாற்றம்

தியானம் என்பது உங்கள் ஜீவனைத் தூய்மைப் படுத்த முயல்வதே தவிர வேறல்ல; உங்களைப் புத்தம் புதிதாகவும் இளமையாகவும் ஆக்க முயல்வதே தவிர வேறல்ல; அதிக உயிர்ப்பும் அதிகம் உன்னிப்பான கவனத்துடனும் உங்களை ஆக்க முயல்வதே தவிர வேறல்ல. தியானிக்க நீங்கள் அஞ்சுகிறீர்கள் என்றால், அதன் பொருள், வாழ்வதற்கே நீங்கள் அஞ்சுகிறீர்கள்– விழிப்புடன் இருப்பதற்கே நீங்கள் அஞ்சுகிறீர்கள் என்பதே. தடை ஏற்படுவதன் காரணம், தியானத்துக்குள் நீங்கள் ஆழ்ந்து சென்றால் ஏதாவது ஒனறு நிகழவே போகிறது என்பதை நீங்கள் அறிந் திருப்பதுதான். அதற்கான தடை ஏதும் உங் களால் ஏற்படவில்லை என்றாலோ, அதற்குக் காரணம், தியானத்தை அவ்வளவு முக்கிய மானதாக நீங்கள் கணக்கில் எடுத்துக்

கொள்ளவில்லை என்பதாகலாம். தியானத்தை அவ்வளவு நேர்மையுடன் நீங்கள் அணுகவில்லை என்பதாகலாம். அப்படியானால், நீங்கள் விளை யாட்டுத் தனமாகவே இருக்கலாமே. அந்நிலை யில் அதைக் குறித்து அஞ்சுவதற்கு என்ன இருக்கிறது?

37. தியானம் என்பது திரும்பவும் அடையும் வீடுபேறு

உங்களுக்குள் இரண்டு தளங்கள் உள்ளன. 1. மனத்தளம் 2. மனம் கடந்த தளம் அல்லது இதையே இன்னொரு விதமாகச் சொல்கிறேன். 1. உங்கள் உயிர்ப்பின் தன்மையில் சுற்று வட்டத்தில் நீங்கள் இருக்கும் தளம், 2. உங்கள் உயிர்ப்பின் இருப்பு நிலையின் நீங்கள் இருக்கும் தளம். ஒவ்வொரு வட்டத் துக்கும் ஒரு மையம் இருக்கிறது. இதை நீங்கள் அறிந்திருக்கலாம் அல்லது அறியாதிருக்கலாம். மையம் என்கின்ற ஒன்று இருக்கிறதா என் பதையே நீங்கள் சந்தேகிக்காமல் கூட இருக்கலாம். ஆனால் அப்படி ஒன்று இருந்தே ஆகவேண்டும். நீங்களே ஒரு வட்டத்தின் புற எல்லை நீங்களே ஒரு வட்டம்; அதற்கு என ஒரு மையம் இருக்கிறது. அந்த மையம் இல்லாமல் நீங்கள் இருக்கவே முடியாது. உங்கள் உயிர்ப்பின் உட்கரு மையம் ஒன்று இருக்கிறது.

அந்த மையத்தில், இப்பொழுதும் நீங்கள் ஒரு புத்தராக – சித்தராக – இருக்கிறீர்கள். ஏற்கனவே

வீடுபேற்றை அடைந்தவராக இருக்கிறீர்கள். ஆனால் வட்டத்தின் வெளி விளிம்பில் நீங்கள் இந்த உலகத்தோடு ஒட்டி இருக்கிறீர்கள்; மனதில்-கனவுகளில்-ஆசைகளில்-பதட்டங்களில் ஆயிரத்தியொரு ஆட்டங்களில் இருக்கிறீர்கள். நீங்களே இரண்டுமாகி இருக்கிறீர்கள்.

மெதுமெதுவாக வட்டத்தின் வெளியிலிருந்து மையத்துக்கும், மையத்தில் இருந்து சுற்று வெளிக்கும் மிகச் சுலபமாக இயங்கக் கூடியவர்களாக ஆவீர்கள். இது உங்கள் வீட்டுக்குள்ளும் வீட்டுக்கு வெளியிலும் நீங்கள் போய்வருவது போன்றதே. இவற்றுக்கிடையில் எந்த முரண்பாட்டையும் நீங்கள் உருவாக்கிக் கொள்வதில்லை. 'வீட்டுக்கு வெளியில் நான் இருக்கிறேன். எனவே எவ்வாறு வீட்டுக்குள் நான் போக முடியும்?' என்று நீங்கள் கேட்பதில்லை அல்லது 'நான் வீட்டின் உள்பக்கம் இருக்கிறேன். அப்படி இருக்க எப்படி நான் வீட்டுக்கு வெளிப்பக்கம் வரமுடியும்?' என்று நீங்கள் சொல்வதில்லை. வெளியே வெயில் இதமாக இன்பகரமாக உள்ளது. நீங்கள் வெளியே தோட்டத்தில் இருக்கிறீர்கள். பின் வெப்பம் அதிகரித்துக் கொண்டே செல்கிறது. உங்களுக்கு வேர்த்துக் கொட்டுகிறது. இப்பொழுதோ இன்பகரமாக இல்லை. மிகவும் அசவுகரியமாக மாறிவிட்டது. உடனே எழுந்து வீட்டுக்குள் நுழைகிறீர்கள். அங்கே குளிர்ச்சியாக இருக்கிறது. சவுகரியமாக இருக்கிறது; இனிமையாக இருக்கிறது (இவ்வாறே) நீங்கள் உள்ளும் புறமும் வந்து போகிறீர்கள்.

இதேபோலத்தான், விழிப்புணர்வும் புரிதலும் கூடிய மனிதர் வெளி வட்டத்தில் இருந்து மையத்துக்கும், மையத்தில் இருந்து வெளி வட்டத்துக்குமாக இயங்குகின்றார். எந்த இடத்திலும் ஒருபோதும் அவர் ஆணி அடித்தது போல் நிலைத்துவிடுவதில்லை. சந்தை முதல் சாமியார் மடம் வரையிலும், சம்சார சாகரம் முதல் சந்நியாசம் வரையிலும், புறவயப்பட்ட மனோ நிலையிலிருந்து அகவயப்பட்ட மனோ நிலை வரையிலும், அவர் தொடர்ந்து இயங்கிக் கொண்டே இருக்கின்றார். ஏனெனில் இவை இரண்டுமே அவரது இறக்கைகள். அவை ஒன்றுக்கொன்று எதிரானவை அல்ல. எதிரெதிர் திசைகளில் அவை சமநிலைப்பட்டிருக்கலாம். அப்படித்தான் அவை இருக்கவும் வேண்டும். இரண்டு இறக்கைகளுமே ஒரே பக்கத்தில் இருந்தால், வானத்தில் பறவையால் பறக்க முடியாது. அவை ஒன்றையொன்று சமநிலை செய்வதாயிருக்க வேண்டி இருக்கிறது. (அதன் பொருட்டே) எதிரெதிர் திசைகளிலேயே இருக்க வேண்டி இருக்கிறது. இருந்தாலும் அவை ஒரே பறவைக்கு உரியவைதான். அவை இரண்டும் ஒரே பறவைக்கு சேவை செய்பவைதான். உங்கள் வெளிப்புறமும் உங்கள் உள்புறமும் உங்களின் இரு இறக்கைகள். இதனை மிகவும் ஆழமாக நினைவில் கொள்ள வேண்டும். ஏனெனில் இந்த சாத்தியம் எப்பொழுதுமே இருக்கிறது... மனம் (எதாவது ஒன்றில்) ஆணி அடித்தாற்போல் நிலைக்கும் போக்குள்ளது. சந்தையிலே நிலைத்து

விடும் மனிதர்களும் இருக்கிறார்கள். அதிலிருந்து வெளியேற தம்மால் முடியாது என அவர்கள் கூறுகிறார்கள். தியானிக்க நேரமே இல்லை என அவர்கள் சொல்கிறார்கள். தம்மால் தியானிக்கவும் முடியும் என அவர்கள் நம்புவதில்லை. தாம் இவ்வுலகைச் சார்ந்தவர்கள்; அப்படி இருக்க தம்மால் எப்படி தியானிக்க முடியும் என அவர்கள் கேட்கிறார்கள். நாங்கள் உலகாயதவாதிகள்; எங்களால் எப்படி தியானிக்க முடியும்? 'துர திருஷ்ட வசமாக நாங்கள் புறவயப்பட்ட போக்கினர்; எப்படி எங்களால் உட்செல்ல முடியும்?' என்று அவர்கள் கேட்கிறார்கள். இவர்கள் ஒரே ஒரு இறக்கையை மட்டுமே தேர்ந்து எடுக்கிறார்கள். எனவே இதனால், நிராசை உண்டானால் அது இயல்பே. ஒருபுற இறக்கையை மட்டும் கொண்டிருக்கும்போது, நிராசை என்பது ஏற்பட்டே தீரும்.

அடுத்து உலகத்தில் பழகிப் பழகி சலித்துவிட்ட மக்களும் இருக்கிறார்கள். இவர்கள் உலகில் இருந்து தப்பிக்கிறார்கள். மடங்களுக்கும் இமய மலைகளுக்கும் போகிறார்கள். சந்நியாசிகளாக - துறவிகளாக ஆகிறார்கள். தனிமையில் வாழத் தொடங்குகிறார்கள். ஒரு அகவயப்பட்ட வாழ்க்கையை தம்மேல் திணித்துக் கொள்கிறார்கள். அவர்கள் தம் கண்களையே மூடிக்கொள்கிறார்கள். தம்முடைய எல்லா கதவு சன்னல்களையும் சாத்திக் கொள்கிறார்கள். லீப் நீட்சின் மொனாடுகள் (Monad) ஒன்றிலேயே ஒடுங்கிக் கொண்டு காற்றோட்டமின்றி, சன்னல்களுமின்றி

இருக்கிறார்கள். பின் அவர்கள் (இதிலும்) சலித்து விடுகிறார்கள்.

சந்தையில் மூழ்கியவர்கள் அதிலேயே சலித்துப் போகிறார்கள். களைத்துப் போகிறார்கள். அளவு கடந்த ஒரு பைத்தியக்கார விடுதியாகவே அது ஆகி விடுகின்றது. அவர்களால் ஓய்வு கொள்ளவே முடிவதில்லை. அதிகப்படியான உறவுகளின் நடுவே அவர்களுக்கு போதிய ஓய்வுநாட்கள் கூடத் கிடைப்பதில்லை. அவர்கள் அவர்களாகவே இருக்க போதிய அவகாசம் கிட்டுவதில்லை. உலகப் பொருள்களுக்கு அவர்கள் இரையாகி தம் ஆன்மாவையே இழந்து விடுகிறார்கள். அளவுக்கும் அதிகமாக பொருள் மயமானவர்களாக ஆகிவிடுகிறார்கள். ஆன்மிகத்தில் குறைந்து நலிந்துகொண்டே போகின்றார்கள். தாம் வாழ்ந்து பயணப்பட வேண்டிய திசையையே தொலைத்து விடுகின்றார்கள். தாம் பேரறிவு கொண்டவர்களாக இருக்கிறோம் என்னும் பிரக்ஞையையே அவர்கள் இழந்து விடுகின்றார்கள். எனவே அவர்கள் தப்பிக்கப் பார்க்கிறார்கள்; பழகிச் சலித்தபின் – நிராசை அடைந்த பின் – தப்பி ஓடி விடுகின்றார்கள். உடனே அவர்கள் தனித்துவாழ முயல்கிறார்கள். அது வெறும் அகவயப்பட்ட வாழ்க்கையாக மாறிவிடுகிறது. கூடிய விரைவில் அதிலும் அவர்கள் சலித்துவிடுகிறார்கள். மறுபடியும் அவர்கள் பழைய இறக்கையையே தேர்ந்து கொள்கிறார்கள். ஆனால் மீண்டும் ஒரே ஒரு இறக்கையைத்தான்! சரிசமமற்ற வாழ்க்கை

என்பது இப்படித்தான் இருக்கிறது. அவர்கள் மீண்டும் எதிர்முனைக்குத் தாவும் அதே பிழைக்குத்தான் இரையாகிறார்கள்.

இது அல்லது அது என்ற ஏதோ ஒன்றை மட்டும் ஆதரிப்பவன் அல்ல நான். சந்தையில் இருந்த படியே தியானத்தன்மையுடன் இருக்கக்கூடிய அளவுக்கு நீங்கள் உருவாக வேண்டும் என்றே நான் விரும்புகிறேன். நீங்கள் மக்களுடன் உறவுகொள்ள - நேசிக்க - கோடிக்கணக்கான உறவுகளை ஏற்படுத்திக்கொள்ள வேண்டும் என்றே நான் விரும்புவேன். ஏனெனில் அவை தான் உங்களுக்கு வளம் சேர்க்கின்றன. இருந்தாலும் எல்லாவிதமான உறவுகளுக்கும் உங்கள் கதவுகளைத் சாத்திக்கொண்டு சில நேரங்களில் ஒரு விடுமுறை நாளை அனுசரிக்க அனுபவிக்க இயல்கிறவராகவும் நீங்கள் இருக்கவேண்டும் என்றும் நான் விரும்புவேன். ஏனெனில் அப்போது மட்டுமே, நீங்கள் உங்கள் சொந்த ஜீவனுடன் உயிர்ச்சக்தியுடன் உறவு கொள்ள முடியும்.

மற்றவர்களுடன் உறவாடுங்கள். ஆனால் உங்களுடனும் உறவுகொள்ளுங்கள். மற்றவர்களை நேசியுங்கள். அதே சமயம் உங்களையும் நேசியுங்கள். வெளியில் உலாவுங்கள். உலகம் அழகானது, சாகசத் தன்மை நிறைந்தது, ஒரு சவாலாக உள்ளது. எனவே அது வளம் சேர்க்கின்றது. அந்த சந்தர்ப்பத்தை தவற விடாதீர்கள்! உலகம் உங்கள் வாசல் கதவைத் தட்டும் போதெல்லாம்; தட்டி உங்களை அறைகூவி அழைக்கும் போதெல்லாம் வெளியில்

தியானம் என்பது என்ன?

சென்று விளையாடுங்கள்! பயமில்லாமல் பயணம் செய்யுங்கள்: இழப்பதற்கு எதுவுமில்லை; வெல்வதற்கோ எல்லாமே உண்டு.

ஆனால் அப்படியே போய்த் தொலைந்துவிடாதீர்கள். அதற்குள்ளேயே போய்க் கடைசியில் காணாமல் போய்விடாதீர்கள். சில சமயங்களில் வீட்டுக்குள் திரும்பி வாருங்கள். சில கணங்கள் உலகையே மறந்து உட்காருங்கள். அவையே தியானத்தின் கணங்களாகும். சமநிலை கலையாதிருக்க நீங்கள் விரும்பினால், ஒவ்வொரு நாளும் உங்களின் புறத்தையும் அகத்தையும், நீங்கள் சமன் செய்ய சீர்தூக்க வேண்டும்.

அவை இரண்டுமே சமநிறை கொண்டிருக்க வேண்டும். அப்போதுதான் நீங்கள், உங்களுக்குள் ஒருபோதும் ஒருபுறம் சாய்ந்து சமநிலை தவறிப் போகமாட்டீர்கள்.

'தண்ணீரில் நடந்துசெல்லுங்கள். ஆனால் உங்கள் பாதங்களில் நீர் ஒட்டிவிடாமல் இருக்கும்படி கவனித்துக் கொள்ளுங்கள்' என ஜென் குருமார்கள் கூறுவதன் அர்த்தம் இதுவே. உலகில் இருங்கள், ஆனால் உலகத்திற்குச் சொந்தமானவராக இருக்காதீர்கள். உலகின் உள்ளே இருங்கள்; ஆனால் உலகம் உங்களுக்குள்ளே இருக்க ஒருபோதும் அனுமதிக்காதீர்கள். வீட்டுக்குள் வரும்போது வாருங்கள் – அப்போது முழு உலகமுமே (உங்களுக்குள்) மறைந்துவிட்டதாக இருக்கட்டும்.

※ ※

வாழ்க்கைக்கு குறிக்கோள் என்று எதுவும் இல்லை; அதிர்ச்சி அடையாதீர்கள். 'வாழ்க்கையின் லட்சியம்' என்னும் கருத்தே முற்றிலும் தவறானது. அது பேராசையில் இருந்து எழுகிறது. வாழ்க்கை என்பதோ மட்டற்ற மகிழ்ச்சி, விளையாட்டுத் தன்மை, வேடிக்கை, கோலாகலம் அவ்வளவுதான். இதற்கு எந்தவிதமான காரணமும் இல்லை. வாழ்க்கையே அதன் இறுதி இலக்கு. அதற்கு வேறொரு இலக்கு எதுவுமே இல்லை. இதை நீங்கள் புரிந்துகொள்ளும் அக்கணமே தியானம் என்பது என்ன என்பதை முழுமையாக நீங்கள் புரிந்து கொண்டிருப்பீர்கள்.

38. தியானம் என்பது ஆனந்த வாழ்வு

உங்கள் வாழ்வை ஆனந்தமாக, விளையாட்டாக, முழுமையாக வாழ்வதே தியானம். எந்த இறுதி நோக்கமும் இன்றி, எந்த லட்சியக் கண்ணோட்டமும் இன்றி, எந்தக் குறிக்கோளுமே இன்றி வாழ்வதே தியானம். இது, சின்னக் குழந்தைகள் கடற்கரை மணலில் கிளிஞ்சல்களையும் வண்ணக் கூழாங் கற்களையும் பொறுக்கிவைத்துக்கொண்டு விளையாடுவதைப் போன்றதே; அதற்கு என்ன குறிக்கோள் இருக்கிறது? எந்த குறிக்கோளுமே கிடையாது.

• • •

ஓஷோ ஒரு அறிமுகம்

ஞானவான்களின் மாபெரும் பிரவாகத்திலே ஓஷோ ஒரு புதிய துவக்கமாயுள்ளார். அவர் பழைய சமயங்களின் பரம் பரைக்கும் கட்டுப்பாட்டிற்கும் எவ்வித சம்பந்தமும் இல்லாதவர். ஓஷோவினால் ஒரு புதிய யுகத்தின் நல்துவக்கம் நிகழ்ந்துள்ளது. அதனுடனேயே காலம் இருவகையாகப் பிரிகிறது. ஓஷோவுக்கு முன்னால், ஓஷோவுக்கு பின்னால்.

ஓஷோவின் வருகையால் ஒரு புதிய மனிதன் ஒரு புதிய உலகம். ஒரு புதிய யுகம் துவங்கியுள்ளது. அதன் ஆதாரம் எவ்வித பழைய சமயங்களுக்கும் தொடர்பற்றது. தரிசன சாஸ்திரங்களுக் கெல்லாம் அப்பாற்பட்டது. ஓஷோ புத்துணர்ச்சி ஊட்டுகின்ற சமயவாதிகளில் முதன்மையானவர். முழுமையான விநோதமான ஞானத்தின் கருவூலம்.

புதிய மனிதனின் புதிய மனிதத்துவத்தின் ஒரு புதிய கண்டுபிடிப்பாளர் ஓஷோ.

ஓஷோவின் அந்தப் புதிய மனிதன் ''ஜோர்பா தி புத்தா'' எப்படிப்பட்ட மனிதன் என்றால். அவன் ஜோர்பாவைப் போல உலகியல் வாழ்க்கையின் முழு இன்பத்தையும் நுகர அறிந் திருக்கிறான். கௌதம புத்தரைப் போல மௌனத்தைப் பின்பற்றி தியானத்தில் இறங்கும் திறன் பெற்றிருக்கிறான். அவன் உலகியலாலும் சரி. ஆன்மிகத்தாலும் சரி இரண்டு பரிணாமங் களிலும் நிறைவு பெற்றிருக்கிறான். ''ஜோர்பா தி புத்தா'' ஒரு பிளவுபடாத முழுமையான மனிதன். இந்தப் புதிய மனிதன் இல்லாமல் பூமியிலே எவ்வித வருங்காலமும் நிலைபெறாது.

ஓஷோ தன்னுடைய சொற்பொழிவின் வாயிலாக மனித மனத்தின் மன வளர்ச்சிக்காக எல்லாவித கோணங்களையும் வெளிப்படுத்தி உள்ளார். புத்தர், மகாவீரர், கிருஷ்ணா, சிவன், சாண்டில்யன், நாரதர், ஜீஸஸ் போன்ற மகான்களை மட்டு மல்லாமல். பாரத ஆன்மிக வானத்தின் அநேக நட்சத்திரங்களான

ஆதிசங்கரர். கோரக், கபீர், நானக், முல்க்தாஸ், ரவிதாஸ், தரியாதாஸ், மீரா போன்றவர்களைப் பற்றியும் ஆயிரக்கணக்கான சொற்பொழிவுகள் நிகழ்த்தியுள்ளார்.

அவருடைய சொற்பொழிவுகள்ால் வாழ்க்கையில் தொடப் படாத எந்த எல்லையும் கிடையாது. யோகா, தந்த்ரா, ஸென், ஹஸீத், ஸூஃபி போன்ற தனிப்பட்ட சாதகங்கள் மீது, பரம்பரையின் புரிந்துகொள்ள முடியாத இரகசியங்கள் மீது, அவர் மிகவும் தெளிவாக வியாக்கியானம் செய்துள்ளார். மேலும் அரசியல், கலை, விஞ்ஞானம், மனோவியல், தரிசனம், கல்வி, குடும்பம், சமுதாயம், ஏழ்மை, மக்கள் கூட்டம், சூழ்நிலை. சம்பவிக்கக்கூடிய யுத்தம் இவைகளை மட்டுமின்றி உயிரை கொல்லுகின்ற எய்ட்ஸ் போன்ற விஷ நோயின் மீதும் அவருடைய புரட்சிகரமான ஜீவதிருஷ்டி பட்டிருக்கிறது.

சீடர்கள், சாதகர்களுக்கு மத்தியிலே அவரால் நிழ்த்தப்பட்ட சொற்பொழிவுகள் அறுநூற்று ஐம்பதுக்கும் அதிகமான புத்தக வடிவில் வெளிவந்துள்ளன. முப்பதுக்கும் மேலான அயல் மொழிகளில் அவை மொழிபெயர்க்கப்பட்டுள்ளன. அவர் சொல்கிறார்: ''என்னுடைய் தகவல் எதுவும் ஒரு கொள்கைக் குட்பட்டதோ ஒரு குறிப்பிட்ட சிந்தனைக்குரியதோ அல்ல. என்னுடைய் தகவல்கள் உள்ளத்தை மாற்றக்கூடிய இரசாயன மாகும். ஒரு விஞ்ஞானமாகும்''

ஓஷோ 1931ஆம் ஆண்டு டிசம்பர் மாதம் 11வது நாளன்று மத்தியப் பிரதேசத்தை சார்ந்த குச்வாடா எனும் ஊரில் அவதரித் தார். 1953ஆம் ஆண்டு மார்ச் மாதம் 21வது நாளன்று அவருடைய வாழ்க்கையில் ஒரு அதிமுக்கியமான பூரண ஞானம் உதித்தது. அவர் ஒரு ஞானியாகப் பரிணமிக்கத் துவங்கினார். 1990ஆம் ஆண்டு ஜனவரி 19ஆம் நாள் ஓஷோ கம்யூன் இன்டர்நேஷனலில் அவர் தம் தேகத்தை விட்டுவிட்டார்.

ஓர் அழைப்பு

ஒஷோவின் சொற்பொழிவுகளைப் படிப்பதும், அதனை செவி மடுப்பதும் நமக்கு ஒருவித ஆனந்தமாயுள்ளது. இதன் வாயிலாக நீங்கள் உங்களுக்குள்ளேயே ஒரு அபூர்வ புரட்சியின் காலடி ஓசைகளை செவியுறுவீர்கள். ஆனால் இது வெறும் ஒரு ஆரம்பமே. அதுவும் மங்கலகரமான ஆரம்பம். அவருடைய சொற்பொழிவுகளைப் படிக்கும்போது உங்களுக்கு நன்கு விளங்கி இருக்கும். ஓஷோவினுடைய மூலாதார தகவலே தியானம்தான். தியான பூமியிலே தான் அன்பு, ஆனந்தம், உற்சாகம் இவைகளின் மலர்கள் மலர்கின்றன. தியானம் என்பது ஆரம்பம் முதல் கடைசி வரை ஒரு புரட்சியே.

நிச்சயமான இத்தகையதொரு புரட்சிகரமான ஆரம்பம் உங்களுக்குள்ளும் நிகழவேண்டும் என்று நீங்களும் விரும்பு வீர்கள். நீங்களும் இத்தகையதொரு சூழ்நிலையை உருவாக்கி உங்களை நீங்களே அறிந்து கொள்ளவும், ஆன்மிக அனுபவத்தின் திசையை நோக்கிப் பாதச் சுவடுகளைப் பதியவும், அந்தத் திசையை நோக்கி பலரும் முன்னேறக்கூடிய அளவுக்கு ஒரு நிலையத்தை ஏற்படுத்தவும் விரும்புவீர்கள்.

இதே போன்ற ஒரு தியான மையத்தை, உற்சாக மயமான சூழ்நிலையை உருவாக்குகின்ற ஒரு சக்தி மையத்தை ஓஷோ புனேயில் உருவாக்கினார். அதுதான் ஓஷோ கம்யூன் இன்டர்நேஷனல் இங்கே ஓஷோவின் முன்னிலையில் ஆயிரக் கணக்கானோர் வந்து தியானத்தின் ஆழ்நிலையை தொட்டிருக் கின்றனர். தியானத்தின் வாயிலாக இந்த மையம் உறுதிவாய்ந்த ஒரு தியான சக்தியாக எவ்வாறு உருவாகியுள்ளதென்றால். ஓஷோவின் உடல் தொடர்பின்றியும் இன்றும் கூட நீங்கள் அதன் ஆற்றலை இந்த ஞானஷேத்திரத்தில் உணரலாம்.

உலகின் ஏறக்குறைய நூற்றுக்கும் மேலான நாடுகளிலிருந்தும் மக்கள் இங்கே வருகை தந்து, இந்நிலையத்தின் சூழலில் தியானத்தின் இன்பத்தை சுவைத்தவாறு உள்ளனர். உலகிலே எத்தனைவிதமான மக்கள் உள்ளனரோ, அவரவர்கள் பின்பற்றும் வண்ணம், ஓஷோ அவர்களுக்கெல்லாம் விசேஷத் தன்மையோடு தியான விதிகளை ஏற்படுத்தி உள்ளார். இன்று உலக அரங்கின் அனைத்து சாதகங்களும், செயல்முறை விதியோடு ஓரே நிழலின் கீழ் அமைக்கப்பட்டு உள்ளன. உலக அரங்கிலே ஓஷோ கம்யூன் இன்டர்நேஷனல் மட்டுமே எத்தகையதொரு உன்னதமான கேந்திரமாக உள்ளதெனில்; இங்கே எல்லாவித சமயங்களைச் சார்ந்தவர்களும், எல்லா நாடுகளிலிருந்தும் வந்து, தங்கியிருந்து, தமக்கு அனுகூலமான தியானத்தைப் பிரயோகித்து, ஒரே நேரத்தில் மாற்றத்தை உணர்கின்றனர். இத்தகைய ஒரு புதிய மனிதனின் ஜன்மபூமிதான் ஓஷோ கம்யூன் எனப்படுவது. இது ஒரு புரட்சிகரமான தலம்

இங்கே நீங்களும் வரவேற்கப்படுகிறீர்கள்.

மேற்கொண்டு அறிந்துகொள்ள தொடர்பு கொள்ள வேண்டிய முகவரி:

ஓஷோ கம்யூன் இன்டர்நேஷனல்
17, கோரே கா (ன்) வ் பார்க்,
புனே - 411 001.
மஹாராஷ்டிரா.

போன்: 0212 - 628562
ஃபேக்ஸ்: 0212 - 624181

ஓஷோவின் சமாதி மீது
பொறிக்கப்பட்டுள்ள பொன்னெழுத்துக்கள்:

ஓஷோ
பிறக்கவுமில்லை
இறக்கவுமில்லை
பூமி எனும் கிரகத்திற்கு
அவர் வந்து திரும்பிய காலம்
டிசம்பர் 11,1931 - ஜனவரி 19,1990

தியானம். சிருஷ்டி இவைகளின் ஒரு விநோதமான புதிய சன்யாஸத்தின் தோட்டம், ஓஷோ கம்யூன். ஓஷோவின் முன்னிலையற்ற நிலையிலும் இன்றும்கூட அனைத்துலகையும் தம் வசம் க்வரக்கூடிய பிரபல கேந்திரமாகத் திகழ்கிறது. இங்கே நிரந்தரமாக புதிய புதிய மனிதர்கள் ஆன்ம உருமாற்றத்திற்காக வந்து கொண்டே இருக்கிறார்கள். மேலும் ஓஷோவின் ஆழ்ந்த ஜீவ நிலையைப் போலவே மூழ்கி விடுகின்றனர்.

Books by Osho

ENGLISH LANGUAGE EDITIONS

EARLY DISCOURSES AND WRITINGS
A Cup of Tea
Dimensions Beyond The Known
From Sex to Superconsciousness
The Great Challenge
Hidden Mysteries
I Am The Gate
Psychology of the Esoteric
Seeds of Wisdom

MEDITATION
And Now and Here (Vol 1 & 2)
In Search of the Miraculous (Vol 1 &.2)
Meditation: The Art of Ecstasy
Meditation: The First and Last Freedom
Vigyan Bhairav Tantra
  (boxed 2-volume set with 112
  meditation cards)
Yaa-Hoo! The Mystic Rose

BUDDHA AND BUDDHIST MASTERS
The Dhammapada (Vol 1-12)
  The Way of the Buddha
The Diamond Sutra
The Discipline of Transcendence
  (Vol 1-4)
The Heart Sutra The Book of Wisdom
  (combined edition of Vol 1 & 2)

BAUL MYSTICS
The Beloved (Vol 1 & 2)

KABIR
Divine Melody
Ecstasy: The Forgotten Language
The Fish in the Sea is Not Thirsty
The Great Secret
The Guest
The Path of Love
The Revolution

JESUS AND CHRISTIAN MYSTICS
Come Follow to You (Vol 1-4)
I Say Unto You (Vol 1 & 2)
The Mustard Seed
Theologia Mystica

JEWISH MYSTICS
The Art of Dying
The True Sage

SUFISM
Just Like That
Journey to the Heart
  (same as Until You Die)
The Perfect Master (Vol 1 & 2)

The Secret
Sufis: The People of the Path (Vol 1 & 2)
Unio Mystica (Vol 1 & 2)
The Wisdom of the Sands (Vol 1 & 2)

TANTRA
Tantra: The Supreme Understanding
The Tantra Experience
 *The Royal Song of Saraha
 (same as Tantra Vision, Vol 1)*
The Tantric Transformation
 *The Royal Song of Saraha
 (same as Tantra Vision, Vol 2)*

TAO
The Empty Boat
The Secret of Secrets
Tao: The Golden Gate
Tao: The Pathless Path
Tao: The Three Treasures
When the Shoe Fits

THE UPANISHADS
Heartbeat of the Absolute
 Ishavasya Upanishad
I Am That *Isa Upanishad*
Philosophia Ultima
 Mandukya Upanishad
The Supreme Doctrine *Kenopanishad*
Finger Pointing to the Moon
 Adhyatma Upanishad
That Art Thou *Sarvasar Upanishad,
 KaivalyaUpanishad, Adhyatma
 Upanishad*
The Ultimate Alchemy
 Atma Pooja Upanishad (Vol 1 & 2)
Vedanta: Seven Steps to Samadhi
 Akshaya Upanishad

WESTERN MYSTICS
Guida Spirituale *On the Desiderata*

The Hidden Harmony
 The Fragments of Heraclitus
The Messiah (Vol 1 & 2)
 *Commentaries on
 Khalil Gibran's The Prophet*
The New Alchemy: To Turn You On
 *Commentaries on Mabel Collins'
 Light on the Path*
Philosophia Perennis (Vol 1 & 2)
 The Golden Verses of Pythagoras
Zarathustra: A God That Can Dance
Zarathustra: The Laughing Prophet
 *Commentaries on Nietzsche's
 Thus Spake Zarathustra*

YOGA
Yoga: The Alpha and the Omega
 (Vol 1-10)

ZEN AND ZEN MASTERS
Ah, This!
Ancient Music in the Pines
And the Flowers Showered
A Bird on the Wing
 (same as Roots and Wings)
Bodhidharma: The Greatest Zen Master
Communism and Zen Fire, Zen Wind
Dang Dang Doko Dang
The First Principle
God is Dead: Now Zen is the Only
 Living Truth
The Grass Grows By Itself
The Great Zen Master Ta Hui
Hsin Hsin Ming: The Book of Nothing
 Discourses on the Faith-Mind of Sosan
I Celebrate Myself: God is No Where,
 Life is Now Here
Kyozan: A True Man of Zen
Nirvana: The Last Nightmare
No Mind: The Flowers of Eternity
No Water, No Moon

One Seed Makes the Whole Earth Green
Returning to the Source
The Search: Talks on the 10 Bulls of Zen
A Sudden Clash of Thunder
The Sun Rises in the Evening
Take it Easy (Vol 1) *Poems of Ikkyu*
Take it Easy (Vol 2) *Poems of Ikkyu*
This Very Body the Buddha
  Hakuin's Song of Meditation
Walking in Zen, Sitting in Zen
The White Lotus
Yakusan: Straight to the Point of Enlightenment
Zen Manifesto: Freedom From Oneself
Zen: The Mystery and the Poetry of the Beyond
Zen: The Path of Paradox (Vol 1, 2 & 3)
Zen: The Special Transmission

ZEN BOXED SETS
The World of Zen (5 volumes)
Live Zen
This. This. A Thousand Times This
Zen: The Diamond Thunderbolt
Zen: The Quantum Leap from Mind to No-Mind
Zen: The Solitary Bird, Cuckoo of the Forest

Zen: All The Colors Of The Rainbow (5 vol.)
The Buddha: The Emptiness of the Heart
The Language of Existence
The Miracle
The Original Man
Turning In

Osho: On the Ancient Masters of Zen (7 vol.)
Dogen: The Zen Master
Hyakujo: The Everest of Zen – With
  Basho's haikus
Isan: No Footprints in the Blue Sky
Joshu: The Lion's Roar
Ma Tzu: The Empty Mirror
Nansen: The Point Of Departure
Rinzai: Master of the Irrational

*Each volume is also available individually.

RESPONSES TO QUESTIONS
Be Still and Know
Come, Come, Yet Again Come
The Goose is Out
The Great Pilgrimage: From Here to Here
The Invitation
My Way: The Way of the White Clouds
Nowhere to Go But In
The Razor's Edge
Walk Without Feet, Fly Without Wings and Think Without Mind
The Wild Geese and the Water
Zen: Zest, Zip, Zap and Zing

TALKS IN AMERICA
From Bondage To Freedom
From Darkness to Light
From Death To Deathlessness
From the False to the Truth
From Unconsciousness to Consciousness
The Rajneesh Bible (Vol 2-4)
The Rajneesh Upanishad

THE WORLD TOUR
Beyond Enlightenment *Talks in Bombay*
Beyond Psychology *Talks in Uruguay*
Light on the Path *Talks in the Himalayas*
The Path of the Mystic *Talks in Uruguay*

Sermons in Stones *Talks in Bombay*
Socrates Poisoned Again After 25 Centuries *Talks in Greece*
The Sword and the Lotus *Talks in the Himalayas*
The Transmission of the Lamp *Talks in Uruguay*

OSHO'S VISION FOR THE WORLD
The Golden Future
The Hidden Splendor
The New Dawn
The Rebel
The Rebellious Spirit

THE MANTRA SERIES
Hari Om Tat Sat
Om Mani Padme Hum
Om Shantih Shantih Shantih
Sat-Chit-Anand
Satyam-Shivam-Sundram

PERSONAL GLIMPSES
Books I Have Loved
Glimpses of a Golden Childhood
Notes of a Madman

INTERVIEWS WITH THE WORLD PRESS
The Last Testament (Vol 1)

INTIMATE TALKS BETWEEN MASTER AND DISCIPLE – DARSHAN DIARIES
A Rose is a Rose is a Rose
Be Realistic: Plan for a Miracle
Believing the Impossible Before Breakfast
Beloved of My Heart
Blessed are the Ignorant
Dance Your Way to God
Don't Just Do Something, Sit There

Far Beyond the Stars
For Madmen Only
The Further Shore
Get Out of Your Own Way
God's Got A Thing about You
God is Not for Sale
The Great Nothing
Hallelujah!
Let Go!
The 99 Names of Nothingness
No Book, No Buddha, No Teaching, No Disciple
Nothing to Lose but Your Head
Only Losers Can Win in This Game
Open Door
Open Secret
The Shadow of the Whip
The Sound of One Hand Clapping
The Sun Behind the Sun Behind the Sun
The Tongue-Tip Taste of Tao
This Is It
Turn On, Tune In and Drop the Lot
What Is, Is, What Ain't, Ain't
Won't You Join The Dance

COMPILATIONS
Bhagwan Shree Rajneesh: On Basic Human Rights
Jesus Crucified Again, This Time in Ronald Reagan's America
Priests and Politicians: The Mafia of the Soul

GIFT BOOKS OF OSHO QUOTATIONS
A Must for Contemplation Before Sleep
A Must for Morning Contemplation
Gold Nuggets
More Gold Nuggets
Words From a Man of No Words
At the Feet of the Master

PHOTOBOOKS

Shree Rajneesh: A Man of Many Climates, Seasons and Rainbows *through the eye of the camera*

Impressions... *Osho Commune International Photobook*

BOOKS ABOUT OSHO

Bhagwan: The Buddha for the Future *by Juliet Forman, S.R.N., S.C.M., R.M.N.*

Bhagwan Shree Rajneesh: The Most Dangerous Man Since Jesus Christ *by Sue Appleton, LL.B., M.A.B.A.*

Bhagwan: The Most Godless Yet the Most Godly Man *by Dr. George Meredith, M.D. M.B.B.S. M.R.C.P.*

Bhagwan: One Man Against the Whole Ugly Past of Humanity *by Juliet Forman, S.R.N., S.C.M., R.M.N.*

Bhagwan: Twelve Days That Shook the World *by Juliet Forman, S.R.N., S.C.M., R.M.N.*

Was Bhagwan Shree Rajneesh Poisoned by Ronald Reagan's America? *by Sue Appleton, LL.B. M.A.B.A.*

Diamond Days With Osho *by Ma Prem Shunyo*

GIFTS

Zorba the Buddha Cookbook

For any information about Osho Books & Audio / Video Tape please contact:

OSHO Media International

17 KOREGAON PARK, PUNE-411 001, MS INDIA

Phone: +91-20-66019999 Fax: +91-20-66019990

E-mail: distribution@osho.net Website: http://www.osho.com

ஓஷோ [ரஜனீஷ்] நூல்கள்

அஷ்டவக்ர மகா கீதை (பாகம்- 1 to 3)
இன்னொரு வாசல், இன்னொரு வாழ்க்கை (பாகம் 1 to 4)
மாயங்களின் சங்கமம் (தொகுதி-1 & 2)
பதஞ்சலி யோகம்-ஒரு விஞ்ஞான விளக்கம் (பாகம்-1 to 10)
பகவத் கீதை ஒரு தரிசனம் (பாகம்- 3 to 18)
ரகசியமாய் ஒரு ரகசியம் (பாகம்- 1 to 2)

- 2050 இதய சூத்திரம்
- 1400 ஜென் தத்துவச் சிந்தனை மேதை போதி தருமர்
- 1474 பாதை சரியாக இருந்தால்
- 1528 அன்பெனும் தோட்டத்திலே
- 1529 பூ மழை தூவி...
- 1531 தேடுவோம் தேடிப் பெறுவோம்
- 1530 இன்று புதிதாய் பிறந்தோம்
- 1532 கல்லும் கனியாகும்
- 1393 என் இளமைக்கால நினைவுகள்
- 1410 ஓம் சாந்தி சாந்தி சாந்தி
- 1911 எப்படி வாழ்வது என அறிந்துகொள்
- 1905 அந்நியோன்யம்
- 1841 தைரியம்
- 1842 புத்திசாலித்தனம்
- 1808 விடுதலை
- 1807 விழிப்புணர்வு
- 1434 வெற்றியின் அபாயம்
- 1392 புத்தர்களும் மூடர்களும்
- 1381 அறிவைத் தேடி
- 1394 இவ்வளவுதான் உலகம்
- 1435 உயர்நிலை காட்டும் தந்த்ரா
- 1403 மனதின் இயல்பும் அதைக் கடந்த நிலைகளும்

1436	யாகூசான்: ஞானத்திற்கு நேர்வழி
1437	ஸென் பரவெளியின் பரவசங்களும் பாடல்களும்
1422	தந்த்ரா - ஓர் உன்னத ஞானம்
1424	தந்த்ரா அனுபவம்
1431	வார்த்தைகளற்ற மனிதனின் வார்த்தைகள்
1411	ஓர் அற்புதப் புதையல்
1432	வாழ்வு, அன்பு, மகிழ்ச்சி
1402	கடவுள் உங்கள் உள்ளேதான் இருக்கிறார்
1425	தேடுதலை நிறுத்துங்கள் தேடுவது கிடைக்கும்
1426	தியானம் (MEDITATION) (60 தியான முறைகளும் விளக்கங்களும்)
1404	மதவாதிகளும் அரசியல்வாதிகளும்
1407	நான் ஒரு வெண்மேகம்
1421	புதிய குழந்தை
1409	நம்பிக்கை நட்சத்திரமாய்...
1860	ஒரு ஆன்மிக ரகசியம்
1420	பிரபஞ்ச ரகசியம் (ஸென் ஹைகூ)
1419	பெண் விடுதலை ஒரு புதிய தரிசனம்
1861	நான் போதிப்பது மதத்தன்மையைத்தான் மதத்தை அல்ல
1380	அறிந்தவைகளுக்கு அப்பால்
1438	ஸென்னுடன் நடந்து ஸென்னுடன் அமர்ந்து
1427	தியானம் என்பது என்ன?
1399	கால்கள் இன்றி நட, சிறகுகள் இன்றி பற, மனம் இன்றி நினை
1433	வாழும் கலை
1401	கடவுள் இறந்துவிட்டார் ஸென்னே வாழ்கிறது
1379	அன்பின் யாத்திரை
1690	தாவோ ஒரு தங்கக் கதவு
1779	மனிதனின் புத்தகம்
V114	பஜகோவிந்தம்
V115	காமத்திலிருந்து கடவுளுக்கு.